I0620101

Sapagka't ang sinomang ipinanganak ng Dios ay dumadaig sa sanglibutan. Ito ang pagtatagumpay na dumadaig sa sanglibutan, sa makatuwid ay ang ating pananampalataya. (1 Juan 5:4)

ANG
MAPAGTATAGUMPAYANG
BUHAY

(The Overcoming Life)

ANG MAPAGTATAGUMPAYANG BUHAY

*Datapuwa't maging tagatupad kayo ng
salita, at huwag tagapakinig lamang,
na inyong dinadaya ang inyong sarili.*
– Santiago 1:22

ANEKO
PRESS

Nalulugod kaming makipag-ugnayan sa aming mga mambabasa. Maaari po kayong makipag-ugnayan sa amin sa www.anekopress.com/questions-comments para sa anumang mga katanungan, komento, o suhestiyon.

Ang Mapagtatagumpayang Buhay – Dwight L. Moody
Updated Edition Copyright © 2023
Unang edisyon na inilathala noong 1896,
ng Fleming H. Revell Company.

All rights reserved. Walang bahagi ng aklat na ito ang maaaring kopyahin, itabi sa anumang retrieval system, o i-transmit sa anumang anyo o sa anumang paraan - elektroniko, mekanikal, pag-photocopy, pagrerekord, o anumang iba pang paraan, nang walang nakasulat na pahintulot mula sa publisher.

Maliban kung binanggit, ang mga sipi ng mga Banal na Kasulatan ay kinuha mula sa New American Standard Bible® (NASB), copyright © 1960, 1962, 1963, 1968, 1971, 1972, 1973, 1975, 1977, 1995 sa pamamagitan ng The Lockman Foundation. Ginamit sa pamamagitan ng pahintulot. www.Lockman.org.

Ang mga sipi ng mga Banal na Kasulatan na may markang "JUB" ay kinuha mula sa Jubilee Bible, copyright © 2000, 2001, 2010, 2013 ni Russell M. Stendal. Ginamit sa pamamagitan ng pahintulot.

Tagasalin: E. Mazo

Mga editor: J. Recato

Aneko Press

www.anekopress.com

Aneko Press, Life Sentence Publishing, at ang aming mga logo ay mga trademark ng

Life Sentence Publishing, Inc. 203 E. Birch Street
P.O. Box 652 Abbotsford, WI 54405

RELIHIYON / Buhay Cristiano / Espirituwal na Paglago

Paperback ISBN: 979-8-88936-224-1

eBook ISBN: 979-8-88936-225-8

Mabibili kung saan may ipinagbibiling mga aklat

Talaan ng Nilalaman

Ang Pakikidigma ng Cristiano

Sapagka't ang sinomang ipinanganak ng Dios ay dumadaig sa sanglibutan: at ito ang pagtatagumpay na dumadaig sa sanglibutan - ang ating pananampalataya. At sino ang dumadaig sa sanglibutan, kundi yaong nananampalatayang si Jesus ay anak ng Dios? (1 Juan 5:4-5)

Kapag may naganap na labanan, sabik tayong malaman kung sino ang mga nagtagumpay. Sa mga talatang ito, sinasabi sa atin kung sino ang magtatagumpay sa buhay. Nang ako'y nagbalik-loob sa Diyos, may nagawa akong pagkakamali. Inakala kong sa akin na ang labanang ito, nakamit ko na ang tagumpay, at abot-kamay ko na ang korona. Akala ko'y lumipas na ang mga lumang bagay, at ang lahat ay naging panibago. Mali kong pinaniwalaan na ang aking luma at tiwaling kalikasan, ang buhay-Adan, ay naglaho na. Gayunman, matapos maglingkod kay Cristo nang ilang buwan, natuklasan ko na ang pagbabalik-loob ay tulad lamang ng pagpapatala sa hukbo. May nagaganap na labanan at kung makatatanggap ako ng korona, kailangan kong pagsikapan at ipaglaban ito.

Ang kaligtasan ay isang kaloob, libre katulad ng hanging ating nilalanghap. Ito ay nakakamtan tulad ng alinmang kaloob, hindi kailangan ng salapi at walang katumbas na halaga. Walang ibang kinakailangan para dito. *Datapuwa't sa kaniya na hindi gumagawa, nguni't sumasampalataya sa kaniya na umaaring ganap sa masama, ang kaniyang pananampalataya ay ibibilang na katuwiran.* (Mga Taga-Roma 4:5). Ngunit sa kabilang banda, kung nais nating magkamit ng korona, kailangan nating magsumikap para dito. *Sapagka't sinoman ay hindi makapaglalagay ng ibang pinagsasaligan, kundi ang nalalagay na, na ito'y si Cristo Jesus. Datapuwa't kung ang sinoma'y magtatayo sa ibabaw ng pinagsasaligang ito ng ginto, pilak, mga mahahalagang bato, kahoy, tuyong dayami; ang gawa ng bawa't isa ay mahahayag: sapagka't ang araw ang magsasaysay, sapagka't sa pamamagitan ng apoy inihahayag; at ang apoy rin ang susubok sa gawa ng bawa't isa kung ano yaon. Kung ang gawa ng sinoman ay manatili, na kaniyang itinayo sa ibabaw niyaon, siya'y tatanggap ng kagantihan. Kung ang gawa ng sinoman ay masunog, ay malulugi siya: nguni't siya sa kaniyang sarili ay maliligtas; gayon ma'y tulad sa pamamagitan ng apoy.* (1 Mga Taga-Corinto 3:11-15).

Malinaw mula rito na maaaring maligtas, at lahat ng ating mga gawa'y maaaring masunog. Maaari tayong magkaroon ng aba't kahabag-habag na paglalakbay sa buhay, na walang tagumpay at walang kagantihan sa dulo. Ako'y naligtas, ngunit tulad ng sa apoy, o tulad ng paglalarawan ni Job, *nakatanan ng sukat sa balat ng aking mga ngipin* (Job 19:20). Naniniwala akong maraming tao ang mahihirapang makarating sa kalangitan, katulad ng pagtakas ni Lot mula Sodoma. Susunugin sila nang walang matitira. Ang kanilang mga gawa at lahat ng iba pa'y wawasakin.

Kapag ang isang tao'y sumali sa hukbo, kawal na siya ng hukbo sa sandaling siya'y magpatala. Gayunman, kawal siyang maituturing tulad ng isang nasa sampu o dalawampung taon na sa hukbo. Ngunit magkaiba ang pagpapatala sa pakikidigma. Ang mga bagong nagbalik-loob ay tulad ng mga kasasali pa lamang sa hukbo.

Kamangmangan para sa sinumang tao ang subukang lumaban gamit ang kanyang sariling lakas. Ang sanglibutan, ang laman, at ang Demonyo ay labis para sa sinumang tao. Matatamo natin ang tagumpay sa bawat kaaway kung tayo'y nakaugnay kay Cristo sa pamamagitan ng pananampalataya, at Siya'y patuloy na nananahan sa atin. Ang mga mananampalataya ang siyang mga mananagumpay. *Datapuwa't salamat sa Dios, na laging pinapagtatagumpay tayo kay Cristo, at sa pamamagitan natin ay ipinahahayag ang samyo ng pagkakilala sa kaniya sa bawa't dako* (2 Mga Taga-Corinto 2:14). Sa pamamagitan Niya, tayo'y magiging higit sa mga mananakop.

Ni hindi ko iisiping makipag-usap sa mga taong hindi nagbabalik-loob tungkol sa pagdaig sa sanglibutan, dahil napakaimposible para sa kanilang magawa ito.

Mainam pang subukan nilang putulin ang mga puno sa kagubatan ng Amerika gamit ang kanilang maliit na patalim. Sa kasamaang-palad, maraming Cristiano ang nagkakamali sa pag-aakalang naganap na ang labanan at naipanalo na. Naniniwala sila na ang kailangan na lamang gawin ay ibaba ang mga sagwan sa tagiliran ng bangka, at aanurin sila ng agos sa karagatan ng walang hanggang pag-ibig ng Diyos. Ngunit kailangan nating tumawid sa agos. Kailangan nating matutunan kung paano magmasid, makipaglaban, at magtagumpay. Nagsisimula pa lang ang labanan. Ang buhay-Cristiano ay isang pakikipagtunggali at pakikidigma. Mas mabilis nating nauunawaan ang katotohanang ito, mas mabuti. Walang pagpapala sa lupa na hindi naiugnay ng Diyos sa Kanyang sarili. Iniuugnay ng Diyos ang Kanyang sarili sa lahat ng dakila at mataas na pagpapala. Kapag ang Diyos at ang tao'y magkatuwang na gumagawa, magkakaroon ng tagumpay. Kasamahan natin Siya sa paggawa. Kapag kinuha mo ang isang turbinang pinaaandar ng tubig at iniangat ito nang apatnapung talampakan sa ilog, walang sasapat na salapi sa mundo upang mapaikot ng ilog ang turbina. Ibaba mo ito nang apatnapung talampakan at ito'y aandar. Kailangan nating isaisip na kung dadaigin natin ang sanglibutan, kailangang makiisa tayo sa Diyos sa gawa. Ang kapangyarihan Niya ang nagdudulot ng biyaya.

Sa isang kuwento tungkol kay Frederick Douglass, ang dakilang orador para sa mga alipin, minsan niyang sinabi sa isang malungkot na talumpati noong mga panahong madilim para sa kanyang lahi, "Ang lahing maputi ay laban sa atin, ang mga pamahalaan ay laban sa atin, at ang diwa ng panahon ay laban sa atin. Wala akong nakikitang pag-asa para sa may-kulay na lahi. Puno ako ng paghihinagpis."

Noon din ay isang dukha at matandang babaeng may-kulay ang tumayo mula sa mga tagapakinig at nagsabi, "Frederick, patay na ba ang Diyos?" Kaibigan, malaki ang magiging kaibahan kung magtitiwala tayo sa Diyos.

Ang isang batang mananampalataya ay kadalasang pinanghihinaan ng puso at loob kapag napagtanto niya ang digmaang ito. Nagsisimula siyang isipin na pinabayaan siya ng Diyos, at na ang Cristianismo ay hindi ang lahat ng sinasabi nito. Ngunit sa halip, dapat niya itong ituring bilang isang nakapagpapatibay na tanda. Katatakas pa lamang ng isang kaluluwa mula sa patibong ay kumikilos agad ang dakilang kaaway upang masilo uli ito. Ginagamit niya ang lahat ng kanyang lakas upang muling madakip ang kanyang nakawalang biktima. Ang pinakamatitinding pag-atake ay ginagawa laban sa pinakamatitibay na muog. Ang matitinding labanan kung saan ipinatawag ang batang mananampalataya ay patunay ng gawain ng Espiritu Santo sa kanyang puso. Hindi siya pababayaan ng Diyos sa oras ng kanyang pangangailangan tulad nang hindi Niya pinabayaan ang Kanyang mga tao noon, nang sila'y ginigipit ng kanilang mga kaaway.

Ang Tanging Ganap na Nagtagumpay

Kayo'y sa Dios, mumunti kong mga anak, at inyong dinaig sila; sapagka't lalong dakila siyang nasa inyo kay sa nasa sanglibutan (1 Juan 4:4). Ang nag-iisang tao na nakadaig sa sanglibutang ito—bilang ganap na nagtagumpay—ay si Jesucristo. Nang sumigaw Siya sa krus, *Naganap na!* ito'y sigaw ng isang nagtagumpay. Napagtagumpayan niya ang bawat kaaway. Nakaharap niya ang kasalanan at kamatayan. Nakaharap niya ang lahat ng kaaway na maaari nating makaharap, at siya'y nagwagi sa kanilang lahat. Kung sumasaakin ang Espiritu ni Cristo, kung ang gayong buhay ay nasa akin din, kung gayon ay mayroon akong kapangyarihang higit sa anupaman sa sanglibutan. Sa kapangyarihan ding ito ang pagtatagumpay ko sa sanglibutan.

Mapapansin na ang lahat ng gawa ng tao sa lupa ay nagwawakas. Ang bawat tao, sa sandaling malihis ang kanyang paningin sa Diyos, ay nabibigo. Bawat tao ay naranasang mabigo sa isang bahagi ng kanyang buhay. Nabigo si Abraham. Nabigo si Moises. Nabigo si Elias. Gunitain ang mga taong naging napakatanyag at napakamakapangyarihan. Sa sandaling malihis ang kanilang paningin sa Diyos, nagiging mahina sila tulad ng ibang tao. Nakapagtataka na ang mga taong ito'y nabigo sa pinakakalakasan ng kanilang pagkatao. Sa palagay ko'y dahil ito sa hindi sila nakabantay. Kilala si Abraham sa kanyang pananampalataya, ngunit natawa nang sinabi ng Diyos na siya at si Sara'y mag-kakaanak. Kilala si Moises sa kanyang kaamuan at pagkamapagpakumbaba, ngunit nabigo nang siya'y magalit. Hindi siya pinapasok ng Diyos sa Lupang Pangako dahil nawala ang kanyang pagpipigil. Batid kong kinikilala siyang lingkod ng Diyos, at na siya'y isang makapangyarihang tao, at may kapangyari-han mula sa Diyos, ngunit bilang tao, nabigo siya, at hindi pinapasok sa Lupang Pangako. Kilala si Elias sa kanyang lakas sa panalangin at sa kanyang tapang, ngunit naging duwag siya. Siya ang pinakamatapang na tao sa kanyang panahon. Humarap siya kay Ahab, sa sambahayan ng hari, at sa lahat ng mga propeta ni Baal. Gayunman, nang malaman niyang may tangka si Jezabel sa kanyang buhay, siya'y nagpakalayo sa ilang. Sa ilalim ng punongkahoy na enebro, siya'y nanalangin na mamatay. Kilala si Pedro sa kanyang tapang, ngunit nagdala ng takot sa kanya ang isang babaeng alila. Nang sandaling siya'y kinausap nito, nanginig siya at sumumpang hindi niya kilala si Cristo. Madalas kong sinasabi sa aking sarili na nais kong naroon ako noong araw ng Pentecostes, kasama ang babaeng alila nang makita niyang nangaral si Pedro.

Sa palagay ko'y sasabihin nito, "Ano ang pumasok sa isip ng taong iyon? Takot siya sa *akin* ilang linggo lang ang lumipas. Ngayon siya'y nakatayo sa harap ng buong Jerusalem at inaakusahan ang mga Judio sa pagpatay kay Jesus."

Ang Mga Tagumpay ng Pananampalataya

Ngayon, paano natin makakamit ang tagumpay sa lahat ng ating mga kaaway? Nabubuhay tayo sa pamamagitan ng pananampalataya. *Ako'y napako sa krus na kasama ni Cristo; at hindi na ako ang nabubuhay, kundi si Cristo ang nabubuhay sa akin; at ang buhay na ikinabubuhay ko ngayon sa laman ay ikinabubuhay ko sa pananampalataya, ang pananampalataya na ito'y sa Anak ng Dios, na sa akin ay umibig, at ibinigay ang kaniyang sarili dahil sa akin* (Mga Taga-Galacia 2:20). Makakamit natin ang buhay na ito sa pananampalataya, at mauugnay sa Emmanuel —*Sumasa atin ang Dios.* Kung sumasa akin ang Diyos, magtatagumpay ako. Paano natin makakamit ang kapangyarihang ito? Sa pamamagitan ng pananampalataya.

Mabuti; sa kawalan nila ng pananampalataya ay nangabali sila, at sa iyong pananampalataya'y nakatayo ka (Mga Taga-Roma 11:20a). Ang mga Judio ay tinabas dahil sa kanilang kawalan ng pananampalataya. Tayo ay inihugpong dahil sa ating pananampalataya. Nabubuhay tayo sa pananampalataya, at tayo'y titindig na nananampalataya.

Ang kasunod, tayo'y lalakad sa pananampalataya. *Sapagka't nagsisilakad kami sa pamamagitan ng pananampalataya, hindi sa pamamagitan ng paningin* (2 Mga Taga-Corinto 5:7). Ang mga Cristiano na kilala ko na mura pa sa pananampalataya ay iyong gustong lumakad sa pamamagitan ng paningin. Nais nilang makita ang kalalabasan ng isang bagay. Hindi ito paglalakad sa pamamagitan ng pananampalataya. Ito'y paglalakad sa pamamagitan ng paningin.

Sa palagay ko ay sina Jose at Jacob ang mga taong ang buhay ay pinakamahusay na kumakatawan sa pagkakaibang ito. Si Jacob ay taong lumalakad kasama ng Diyos sa pamamagitan ng paningin. Alalahanin ang kanyang panata sa Bethel: *Kung sasaakin ang Dios, at ako'y iingatan sa daang ito na aking nilalakaran, at ako'y bibigyan ng tinapay na makakain, at damit na maisusuot, na ano pa't ako'y makabalik na payapa sa bahay ng aking ama, ay ang Panginoon nga ang magiging aking Dios* (Genesis 28:20-21). Naaalala ba ninyo kung paanong nabuhayan ang kanyang puso nang makita niya ang mga karo na ipinadala sa kanya ni Jose mula sa Egipto? Naghanap siya ng mga tanda. Hindi niya makakayang lampasan ang mga tukso at pagsubok na dinaanan ng kanyang anak na si Jose. Si Jose ay kumakatawan sa isang mas may-gulang na Cristiano. Kaya niyang maglakad sa kadiliman. Nakaligtas siya sa labintatlong taon ng kasawian, sa kabila ng kanyang mga panaginip, at ang lahat ng ito'y ipinagpasalamat niya sa kabutihan at pagkakaloob ng Diyos.

Mabuti ring halimbawa sina Lot at Abraham. Tinalikuran ni Lot si Abraham at nagtayo ng tolda sa kapatagan ng Sodoma. Inangkin niya ang isang malawak na pastulan ngunit mayroong masamang mga kapitbahay. Siya'y may mahinang pagkatao at dapat sana'y nanatiling kasama ni Abraham upang lumakas. Maraming tao ang ganoon. Hangga't nabubuhay ang kanilang mga ina, o sila ay natutukuran ng ibang taong maka-Diyos, nakararaos sila. Ngunit hindi sila makatayo nang mag-isa. Lumakad si Lot sa pamamagitan ng paningin. Ngunit si Abraham ay lumakad sa pamamagitan ng pananampalataya at sumunod sa mga yapak na itinakda ng Diyos. *Sa pananampalataya si Abraham, nang tawagin, ay tumalima upang pumaroon sa isang dakong kaniyang tatanggaping mana; at siya'y yumaon na di nalalaman kung saan siya paroroon. Sa pananampalataya siya'y naging manglalakbay sa lupang pangako, na gaya sa hindi niya sariling lupa, at tumahan sa mga tolda na kasama si Isaac at si Jacob, na mga tagapagmana ng isang pangako na kasama niya; sapagka't inaasahan niya ang bayang may mga kinasasaligan, na ang nagtayo at gumawa ay ang Dios* (Mga Hebreo 11:8-10).

Sa huli, nakikipaglaban tayo sa pamamagitan ng pananampalataya. *Bukod dito ay taglayin ninyo ang kalasag ng pananampalataya, na siyang ipapatay ninyo sa lahat ng nangagniningas na suligi ng masama* (Mga Taga-Efeso 6:16). Ang bawat suliging ibinabato sa atin ni Satanas ay maaaring mapawi ng pananampalataya. Sa pamamagitan ng pananampalataya, mapagtatagumpayan natin ang Demonyo. Ang matakot ay ang magkaroon ng higit na pananampalataya sa iyong kaaway kaysa kay Cristo.

Noong mga unang araw ng Digmaang Sibil, si Kalihim Seward, ang Kalihim ng Estado ni Lincoln at isang matalinong pulitiko, ay hinulaang matatapos ang digmaan sa loob ng siyamnapung araw. Libo-libo at daang libong mga kabataang lalaki ang nanguna at nagboluntaryong pumunta sa Dixie upang makidigma sa Timog. Inakala nilang makababalik sila sa loob ng siyamnapung araw. Tumagal ng apat na taon ang digmaan at kumitil ng halos kalahating milyong buhay. Ano ang nangyari? Mas malakas ang Timog kaysa sa inaasahan ng Hilaga. Minaliit ang lakas nito.

Hindi nagkakamali ng ganito si Jesucristo. Kapag tinawag Niya ang isang tao upang paglingkuran Siya, ipinapakita Niya rito ang madilim na bahagi. Ipinaaalam Niya rito na dapat itong mamuhay nang may pagtanggi sa sarili. Kung ang isang tao'y hindi handang magtungo sa kalangitan sa pamamagitan ng landas ng Kalbaryo, hindi siya makapupunta. Maraming tao ang gusto ng isang relihiyon kung saan walang krus, ngunit hindi sila makapapasok sa langit sa ganitong paraan. Kung nais nating maging mga disipulo ni Jesucristo, dapat nating tanggihan ang ating mga sarili, pasanin ang ating krus, at sumunod sa Kanya. Pagnilayan natin ang kakailanganin para dito. Huwag mong isipin na hindi ka magkakaroon ng mga pakikipaglaban kung susundan mo ang Nazareno, dahil maraming paparating na laban. Ngunit kung mayroon akong sampung libong buhay, iaalay ko kay Jesucristo ang bawat isa sa mga ito. Hindi tumututol ang mga tao sa isang labanan kung sila ay may kumpiyansa na magtatagumpay sila. Purihin ang Diyos, posible ang tagumpay para sa ating lahat.

Ang dahilan kung bakit maraming Cristiano ang nabibigo sa buhay ay dahil sa minamaliit nila ang lakas ng Kaaway. Mayroon tayong isang kakila-kilabot na Kaaway na kakalabanin. Huwag hayaang linlangin ka ni Satanas. Maliban kung ikaw ay patay sa espiritwal, nangangahulugan ito ng pakikidigma. Halos lahat ng nasa paligid natin ay inilalayo tayo sa Diyos. Hindi tayo deretsong tumawid mula sa Egipto tungo sa luklukan ng Diyos. May paglalakbay sa ilang at may mga kaaway sa lupa.

Huwag hayaang isipin ng sinuman, lalaki man o babae, na ang kailangan lamang niyang gawin ay sumapi sa iglesia. Ito'y hindi makapagliligtas sa iyo. Ang tanong ay, dinadaig mo ba ang sanglibutan, o ang sanglibutan ang dumadaig sa iyo? Mas matiisin ka na ba kumpara noong nakaraang limang taon? Mas mabuti ka na ba ngayon? Kung hindi, dinadaig ka ng sanglibutan, kahit kasapi ka pa sa isang iglesia. Ang sulat ni Pablo para kay Tito ay nagsasabi na tayo'y dapat maging *magagaling sa pananampalataya, sa pagibig, sa pagtitiis.* Mayroon tayong mga Cristiano, napakarami nila, na nakalalakad nang matagumpay sa ilang mga larangan ngunit mura pa ang pang-unawa sa ilan. Mula sa panlabas na anyo, tila isang bahagi lamang sa kanila ang naligtas. Hindi pa sila buo sa kanilang mga pagkatao. Ito'y dahil sa hindi sila naturuan na mayroon silang kakila-kilabot na kalaban na dapat pagtagumpayan.

Kung nais kong malaman kung Cristiano ang isang lalaki, hindi ako lalapit sa kanyang ministro. Pupuntahan ko at tatanungin ang kanyang asawa. Kailangan natin ng higit pang buhay-Cristiano sa tahanan. Kung hindi maayos ang pakikitungo ng isang lalaki sa kanyang asawa, ayoko siyang marinig na nagsasalita tungkol sa Cristianismo. Ano ang silbi ng kanyang pagsasalita tungkol sa kaligtasan para sa susunod na buhay kung wala siyang kaligtasan para sa buhay na ito? Nais natin ng Cristianismong nasa ating mga tahanan at pang-araw-araw na buhay. Ang relihiyon ng ilang tao'y hindi kanais-nais sa akin. Gumagamit sila ng nananaghoy na boses, isang tila'y tonong relihiyoso, at banal-banalang nagsasalita tuwing Linggo na aakalain mong sila'y kahanga-hangang mga banal. Ngunit pagsapit ng Lunes ay iba ang kanilang ipinakikita. Hinuhubad nila ang kanilang relihiyon kasama ng kanilang damit, at hindi mo ito makikita hanggang sa susunod na Linggo. Natatawa ka, ngunit mag-ingat tayong hindi mapabilang sa pangkat na iyon. Kailangan nating magkaroon ng mas ganap na Cristianismo, o maglalaho ang iglesia. Mali para isang lalaki o babae na ipahayag ang hindi nila taglay. Kung hindi mo nalalabanan ang mga tukso, nananaig ang sanglibutan sa iyo. Lumuhod ka lang at humingi ng tulong sa Diyos. Lumapit tayo sa Diyos at manalangin sa Kanya na tayo'y hanapin Niya. Hilingin natin sa Kanya na gisingin tayo at matigil ang paniniwalang naligtas na tayo dahil lang sa pagiging kasapi natin ng iglesia. Nagkakamali tayong lahat kung hindi natin napagtatagumpayan ang kasalanan.

Kaaway Sa Ating Kalooban

Ngayon kung nais nating magtagumpay, dapat tayong magsimula sa ating kalooban. Doon laging nagsisimula ang Diyos. Ang kaaway sa loob ng muog ay di-hamak na mas mapanganib kumpara sa nasa labas.

Itinuturo sa Banal na Kasulatan na sa bawat manan-ampalataya ay may dalawang kalikasang nagtutunggalian. *Sapagka't nalalaman natin na ang Kautusa'y sa espiritu: nguni't ako'y sa laman, na ipinagbili sa ilalim ng kasalanan. Sapagka't ang ginagawa ko'y hindi ko nalalaman: sapagka't ang hindi ko ibig, ang ginagawa ko; datapuwa't ang kin-apopootan ko, yaon ang ginagawa ko. Nguni't kung ang hindi ko ibig, ang siyang ginagawa ko, ay sumasangayon ako na mabuti ang kautusan. Kaya ngayo'y hindi ako ang gumagawa nito, kundi ang kasalanang tumitira sa akin. Sapagka't nalalaman ko na sa akin, sa makatuwid ay sa aking laman, ay hindi tumitira ang anomang bagay na mabuti: sapagka't ang pagnanasa ay nasa akin, datapuwa't ang paggawa ng mabuti ay wala. Sapagka't ang mabuti na aking ibig, ay hindi ko ginagawa: nguni't ang masama na hindi ko ibig, ay siya kong ginagawa. Datapuwa't kung ang hindi ko ibig, ang siya kong ginagawa, ay hindi na ako ang gumagawa nito, kundi ang kasalanang tumitira sa akin. Kaya nga nasumpungan ko ang isang kautusan na, kung ibig kong gumawa ng mabuti, ang masama ay nasa akin. Sapagka't ako'y nagagalak sa kautusan ng Dios ayon sa pagkataong loob, datapuwa't nakikita ko ang ibang kautusan sa aking mga sangkap na nakikipagbaka laban sa kautusan ng aking pagiisip, at dinadala akong bihag sa ilalim ng kautusan ng kasalanan na nasa aking mga sangkap* (Mga Taga-Roma 7:14-23). Muli, sa sulat sa mga Taga-Galacia, winika niya, *Sapagka't ang laman ay nagnanasa ng laban sa Espiritu, at ang Espiritu ay laban sa laman; sapagka't ang mga ito ay nagkakalaban; upang huwag ninyong gawin ang bagay na inyong ibigin* (Mga Taga-Galacia 5:17).

Kapag tayo'y ipinanganak ng sa Diyos, nakakamtan natin ang Kanyang kalikasan, ngunit hindi Niya kaagad inaalis ang lahat ng dating kalikasan. Bawat uri ng hayop at ibon ay tapat sa kanilang kalikasan. Madali mong masasabi ang kalikasan ng kalapati o kanaryo. Tapat sa kanyang kalikasan ang kabayo, at gayundin ang baka. Ngunit ang tao'y may dalawang kalikasan. Huwag hayaan ang sanglibutan o si Satanas na itanim sa iyong isip na ang dating kalikasan ay wala na, dahil ito'y walang katotohanan. *Gayon din naman kayo, ibilang ninyong kayo'y tunay na mga patay na sa kasalanan, nguni't mga buhay sa Dios kay Cristo Jesus* (Mga Taga-Roma 6:11). Kung kayo'y *namatay*, hindi na ninyo kailangang ituring ang inyong sarili bilang patay, hindi ba? Ang patay ay hindi isasama sa bilang. Kaya sinabi ni Pablo sa 1 Mga Taga-Corinto 9:27 (JUB): *Hinahampas ko ang aking katawan.* Kung ito'y patay na, hindi na kailangang hampasin ito ni Pablo. Ako'y pumanaw na sa kautusan, ngunit ang dating kalikasan ay buhay. Samakatuwid, kung hindi ko susupilin ang katawan at ipapako sa krus ang laman kasama ang mga ninanasa nito, magtatamo ng kapangyarihan ang mababang kalikasang ito, at ako'y magiging alipin nito. Maraming tao ang sa kanilang buong buhay ay namu-muhay sa pagkaalipin sa kanilang lumang kalikasan, samantalang maaari naman silang magkaroon ng kalay-aan kung isasabuhay lamang nila ang napagtagumpayang buhay. Hindi namamatay ang dating Adan. Nananatili itong tiwali. *Mula sa talampakan ng paa hanggang sa ulo ay walang kagalingan; kundi mga sugat, at mga pasa, at nangagnananang sugat: hindi nangatikom, o nangatalian man, o nangapahiran man ng langis* (Isaias 1:6).

Isang ginoo sa India ang minsang nakakuha ng isang batang tigre at pinaamo ito upang maging alagang hayop. Isang araw, nang malaki na ito, nakatikim ito ng dugo. Sumambulat ang lumang kalikasan ng tigre, at kinailan-gan itong patayin. Ito'y kawangis ng lumang kalikasan ng mananampalataya. Hindi kailanman namamatay ang lumang kalikasan, bagaman ay nasusupil. Maliban kung siya'y mapagbantay at madasalin, mananaig ang lumang kalikasan at mamadaliin siya sa pagkakasala. May minsang nagpunto na ang letrang "I" (Ingles para sa "ako") ang nasa gitna ng salitang S-I-N (Ingles para sa kasalanan). Kinakasangkapan ito ni Satanas sa pag-kilos. Ang pinakamasamang kaaway na kailangan mong pagtagumpayan, sa huli ay ang iyong *sarili.*

Nang si Kapitan T. ay nagbalik-loob sa London, isa siyang dakilang taong naglilingkod sa lipunan. Matapos siyang maging Cristiano sa loob ng ilang buwan, tinanong siya, "Ano ang napagtanto mong pinakamalaking kaaway mo mula nang maging Cristiano ka?"

Matapos ang ilang sandali ng malalim na pag-iisip, sinabi niya, "Sa tingin ko'y ang sarili ko."

"Ah!" sabi ng babae. "Dinala ka ng Hari sa Kanyang presensiya, sapagkat sa Kanyang presensiya lamang tayo tinuturuan ng mga katotohanang ito."

Mas marami akong naging problema kay D. L. Moody kaysa sa sinumang tao na nakilala ko. Kung mapananatili ko siyang tama, wala akong anumang problema sa ibang tao. Maraming tao ang may suliranin sa mga manggagawa. Naisip mo ba na nasa iyo ang pagkukulang sa halip na sa manggagawa? O kung ang isang miyembro ng pamilya ay magagalitin, magagawa niyang magagalitin ang buong pamilya. Totoo ito, sa maniwala ka o hindi. Makipag-usap ka nang mabilis at pagalit sa mga tao at gagawin din nila ito sa iyo.

Katakawan

Pag-usapan natin ngayon ang *katakawan*. Ito'y isang kalaban sa loob. Gaano karaming kabataang lalaki ang nasira dahil sa katakawan sa inuming nakalalasing? Marami ang lumaking sumpa sa kanilang ama at ina sa halip na pagpapala. Kamakailan lang, nadiskubre ang bangkay ng isang kabataang biktima ng pagpapatiwakal sa isa sa ating malalaking lungsod. Sa kanyang bulsa ay nakita ang isang papel kung saan nakasulat, "Ako mismo ang gumawa nito. Huwag ninyong sabihin kahit kanino. Lahat ng ito'y dahil sa inuming nakalalasing." Ang bahagyang pagbanggit ng mga katunayang ito sa pampublikong pahayagan ay umani ng 246 na liham mula sa 246 na pamilya, bawat isa ay mayroong alibughang anak, at kinatatakutan nila na ang kanilang anak ang nagpatiwakal.

Ang inuming nakalalasing ay isang kaaway ng katawan at kaluluwa. Naiulat na si Sir Andrew Clarke, ang tanyag na doktor sa London, ay minsang nagpahayag ng sumusunod: "Ngayon hayaan ninyong ipaalam ko na ako'y nagsasalita nang may katapatan at pag-iingat sa pagsasabi sa inyong hindi ako sasala na sa loob ng pag-ikot ko sa aking mga ward sa ospital ngayon, pito sa bawat sampung taong nakaratay ay may karamdaman dulot ng alak. Hindi ko sinasabi na pitumpu sa bawat isandaan ay mga lasenggo; hindi ko alam kung isa man sa kanila ay gayon; ngunit umiinom sila ng alkohol. Sa sandaling simulan ng isang tao ang pag-inom ng kahit isang patak, ang pagnanais na umusbong sa kanya ay nagiging bahagi na ng kanyang kalikasan, at ang kalikasang ito na nabuo sa pamamagitan ng kanyang mga gawa, ay nagdudulot ng hindi masabing sumpa kapag ipinasa sa mga henerasyon na naghahangad na sumunod sa kanya bilang bahagi at kabuuan ng kanilang pagkatao. Kapag naiisip ko ito, handa akong iwanan ang aking propesyon—iwanan ang lahat—at humayo sa isang banal na krusada upang ipahayag sa lahat ng tao, 'Mag-ingat sa kaaway ng lahi!'"

Ito ang pinakamapangwasak na puwersa sa sanglibutan ngayon. Pumapatay ito nang higit pa sa pinakamadudugong digmaan. Ito ang palaanaking magulang ng krimen, katamaran, kahirapan, at sakit. Ito ang sumisira sa tao sa sanglibutang ito at magpapahamak sa kanya sa susunod na buhay. Ipinahayag na ito ng Salita ng Diyos: *O hindi baga ninyo nalalaman na ang mga liko ay hindi magsisipagmana ng kaharian ng Dios? Huwag kayong padaya: kahit ang mga mapakiapid, ni ang mga mananamba sa diosdiosan, ni ang mga mangangalunya ... ni ang mga manglalasing ... ay hindi mangagmamana ng kaharian ng Dios* (1 Mga Taga-Corinto 6:9-10).

Paano natin mapagtatagumpayan ang kalabang ito? Nagpapatunay ang mapait na karanasan na hindi sapat ang kapangyarihan ng tao sa kanyang sariling lakas lamang. Ang tanging lunas sa isinumpang katakawan ay ang muling kapanganakan—isang bagong buhay—ang kapangyarihan ng muling nabuhay na si Cristo sa ating kalooban. Hayaang lumapit sa Diyos ang taong madaling mahumaling sa inuming nakalalasing upang humingi ng tulong, at Siya ay magbibigay rito ng tagumpay laban sa katakawan nito. Si Jesucristo ay naparito upang wasakin ang mga gawa ng Demonyo, at Kanyang aalisin ang katakawang iyan kung hahayaan mo Siya.

Kainitan ng ulo

Pagkatapos ay nariyan ang *kainitan ng ulo*. Hindi ako nagtitiwala sa isang taong walang ipinag-iinit ng ulo. Walang saysay ang bakal kung hindi ito pinanday. Ngunit kapag ang init ng ulo ang naghari sa akin, alipin ako nito, at nagiging ugat ito ng kahinaan. Ang pagpipigil dito ay maaaring gawing isang dakilang kapangyarihan para sa kabutihan sa buong buhay ko at matulungan ako. O maaaring ang init ng ulo ang maging pinakamalaki kong kaaway sa aking kalooban at alisan ako ng lakas. Ang agos sa ilang ilog ay napakalakas na hindi na magamit sa paglalayag.

May nagsabing hinding-hindi mabibigo ang isang tagapangaral na maabot ang mga tao kapag nagtuturo siya tungkol sa init ng ulo. Nakamamangha kung paanong kahit iyong masisigasig na Cristiano ay kakaunti ang karunungang mayroon tungkol dito. Isang kaibigan ko mula sa Inglatera ang bumisita sa isang tahanan. Habang nakaupo siya sa silid-tanggapan, nakarinig siya ng ingay sa bulwagan. Inusisa niya kung ano iyon at sinabi sa kanyang ang ingay ay sa manggagamot na inihahagis ang mga bota nito sa ibaba dahil hindi maayos na napakintab ang mga iyon. "Maraming mga Cristiano," sabi ng isang matandang klerigo, "na nagawang harapin ang pagkawala ng kanilang anak o lahat ng kanilang ari-arian sa pamamagitan ng pinakamagiting na lakas ng loob ng Cristiano ay lubos na nagupo dahil lamang sa pagkabasag ng isang pinggan o mga kamalian ng kanilang tagapaglingkod."

May mga taong nagtatanong sa akin, "Ginoong Moody, paano ko makokontrol ang aking init ng ulo?"

Kung nais mo talagang magkaroon ng kontrol, sasabihin ko sa iyo kung paano. Ngunit hindi mo magugustuhan ang kagamutan. Ituring mo ang pag-iinit ng ulo bilang isang kasalanan at aminin ito. Tinitingnan ito ng mga tao na tila isang uri ng karamdaman. May isang babae pa ngang nagsabi sa akin na namana niya ito mula sa kanyang ama at ina. Marahil ay may katotohanan ito. Ngunit hindi pa rin niya iyon magagamit na dahilan.

Kapag nagalit ka sa susunod at nagsalita nang hindi mabuti sa isang tao at napagtanto mo ito, humayo ka at humingi ng tawad sa taong iyon. Hindi ka magagalit sa taong iyon sa susunod na dalawampu't apat na oras. Maaaring magalit ka uli sa loob ng apatnapu't walong oras, ngunit humayo ka sa pangalawang pagkakataon. Pagkatapos mong gawin iyon nang ilang ulit, mababago mo ang iyong pag-uugali dahil ang paghingi ng tawad ay kumukutkot sa mga lumang sugat.

May isang babae na minsan ay nagsabi sa akin, "Nasanay na ako sa pagsasabi nang eksaherado na pinagbibintangan na ako ng mga kaibigan ko na labis-labis na ang aking eksaherasyon at hindi na nila ako pinaniniwalaan."

Sinabi niya, "Puwede mo ba akong tulungan? Ano ang maaari kong gawin upang malampasan ito?"

"Bueno," sabi ko, "kapag nakapagsinungaling ka uli, pumunta ka agad sa kanila at sabihin mong nagsinungaling ka, at humingi ng tawad sa kanila. Sabihin mo na ito ay isang kasinungalingan. Puksain mo ito, mula ugat hanggang sanga. Iyon ang nanaisin mong gawin."

"Oh," sabi niya, "hindi ko gustong tawagin itong *pagsisinungaling*." Pero iyon talaga ang naganap.

Ang Cristianismo ay walang halaga kung hindi nito naitutuwid ang iyong pagkatao. Napagod na ako sa lahat ng pambobola at sentimyento. Kung hindi matukoy ng mga tao kung kailan ka nagsasabi ng totoo, mayroong malaking suliranin, at mas mabuting ituwid mo ito kaagad. Ngayon, handa ka na bang *gawin* ito? Pilitin mo ang sarili mong harapin ito sa ayaw mo man o gusto. May kilala ka bang nasaktan dahil sa nagawa mo? Lumapit ka sa kanila at humingi ng paumanhin. Sinasabi mong hindi ka dapat sisihin. Hayaan mo ito, lumapit ka sa kanila at sabihing nagkamali ka. Kinailangan ko itong gawin nang maraming beses. Ang isang pabigla-biglang taong tulad ko ay kailangang gawin ito nang madalas, ngunit mas mahimbing ang aking pagtulog sa gabi kapag naaayos ko ang mga bagay-bagay. Ang pag-amin sa kasalanan ay hinding-hindi nabibigong magdulot ng pagpapala. Minsan ay kailangan kong bumaba sa entablado at humingi ng tawad sa isang tao bago ako makapagpatuloy sa pangangaral. Ang isang Cristiano ay dapat na maginoo sa lahat ng oras. Kung hindi man, at kung napagtanto niya na may nasugatan o nasaktan siyang tao, dapat niyang ayusin ito agad. Marami sa mga tao ang nais lamang ng sapat na Cristianismo upang sila'y maging kagalang-galang. Hindi nila iniisip itong isang mapagdaig na buhay na laging nagkakamit ng tagumpay. Mayroon silang mga araw na malungkot at mga araw na galit sila, at sinasabi ng mga bata, "Masama ang timpla ni Nanay ngayon. Kailangan mong maging maingat na maingat."

Hindi natin gusto alinman sa malulungkot na araw na iyon na may mga kabiguan at tagumpay. Kung tayo'y nagtatagumpay, magkakaroon ng tiwala ang iba sa ating Cristianismo. Ang dahilan kung bakit maraming tao ang walang kapangyarihan ay dahil sa may pinagtakpang isinumpang kasalanan. Hindi magkakaroon kahit isang patak ng hamog hangga't hindi nailalantad ang kasalanan na iyon. Suriin ang kalooban. Maaari tayong maging mga higante at daigin ang sanglibutan kung tama ang lahat ng nasa kalooban.

Sinabi ni Pablo na tayo'y dapat maging marangal sa pananampalataya, sa pagtitiis, at sa pag-ibig. Kung ang isang tao'y hindi marangal sa kanyang pananampalataya, ilalabas ng klerigo ang tabak pansimbahan at siya'y agarang tatabasin. Gayunpaman, kung siya ay hindi marangal sa pag-ibig o pagtitiis, walang masasabi tungkol doon. Dapat tayong maging mararangal sa pananampalataya, sa pag-ibig, at sa pagtitiis kung tayo'y magiging tapat sa Diyos.

Gaano kaligayang makatagpo ng isang taong kayang magtimpi ng kanyang init ng ulo. Nabanggit tungkol kay Wilberforce na minsan ay nadatnan siyang lubhang nababahala ng kaibigan niya, naghahanap ng isang koreo na naiwala niya na hinihintay ng isa sa mga miyembro ng pamilya ng hari. Noon din, tila ba mas pinahihirap pa ang sitwasyon, may narinig na ingay sa silid ng mga bata.

Naisip ng kaibigan, "Ngayon, siguradong mawawala na ang kanyang pagtitimpi."

Kasasagi pa lamang nito sa kanyang isip nang lumapit sa kanya si Wilberforce at sinabi, "Anong pagpapala na marinig ang mga mahal kong anak. Kaginhawaan kung iisipin, kahit na sa gitna ng maraming alalahanin, na marinig ang kanilang mga boses at malaman na sila ay nasa mabuti."

Kasakiman

Narito naman ang kasalanan ng *pag-iimbot*. Mas maraming binabanggit ang Bibliya laban dito kumpara sa pagkalasing. Kailangan ko itong mailabas sa akin—sirain, mula sa ugat hanggang sa sanga—at hindi ito hayaang maghari sa akin. Iniisip natin na ang isang taong nagpapakalasing ay isang nakakikilabot na halimaw, ngunit ang isang taong mapag-imbot ay madalas na tanggapin sa iglesia at ihalal, na kasuklam-suklam at madilim sa paningin ng Diyos katulad ng sinumang maglalasing.

Ang pinakapanganib sa kasalanang ito ay hindi ito karaniwang itinuturing na napakasama. Totoo at lahat tayo ay may paghamak sa mga taong nagtatago ng kanilang kayamanan, ngunit hindi lahat ng taong mapag-imbot ay mga gahaman. Isa pang bagay na dapat tandaan tungkol sa pag-iimbot ay iyong mas madaling mahumaling dito ang mga matatanda kumpara sa mga kabataan.

Tingnan natin kung ano ang sinasabi ng Bibliya tungkol sa pag-iimbot:

> Patayin nga ninyo ang inyong mga sang-kap ng katawang nangasa ibabaw ng lupa, pakikiapid, karumihan, masamang pita, masasamang nasa, at kasakiman, na iya'y pagsamba sa mga diosdiosan (Mga Taga-Colosas 3:5).

> Sapagka't talastas ninyong lubos, na sinomang mapakiapid, o mahalay, o masakim, na isang mapagsamba sa mga diosdiosan, ay walang anomang mamanahin sa kaharian ni Cristo at ng Dios. (Mga Taga-Efeso 5:5).

Datapuwa't ang mga nagsisipagnasang
yumaman, ay nangahuhulog sa tukso at
sa silo at sa maraming mga pitang hangal
at nakasasama, na siyang naglulubog sa
mga tao sa kapahamakan at kamatayan.
Sapagka't ang pagibig sa salapi ay ugat ng
lahat ng uri ng kasamaan; na sa pagnanasa
ng iba ay nangasinsay sa pananampalataya,
at tinuhog ang kanilang sarili ng maraming
mga kalumbayan (1 Timoteo 6:9-10).

Sapagka't ang masama ay nagmamalaki sa
nais ng kaniyang puso, at ang mapagimbot
ay nagtatakuwil, oo, nagwawalang kabulu-
han sa PANGINOON (Mga Awit 10:3).

Ang pag-iimbot ang nag-udyok kay Lot papasok sa Sodoma. Ito ang dahilan ng pagkawasak ni Achan at ng kanyang buong sambahayan. Ito ang labis na kawalang-katarungan ni Balaam. Ito ang kasalanan ng mga anak ni Samuel. Naging ketongin si Giezi dahil dito. Itinaboy nito ang mayama't batang pinuno na may pighati sa kanyang puso. Ito ang naghatid kay Judas na ibenta ang kanyang Panginoon at Tagapagligtas para sa tatlumpung piraso ng pilak. Nagdulot ito ng kamatayan kina Ananias at Safira. Ito ang bahid sa pagkatao ni Felix. Marami ang naging biktima nito sa bawat panahon.

Sinasabi mo ba, "Paano ko matutukoy ang pag-iimbot?"

Sa tingin ko, walang kahirap-hirap dito. Kapag napapansin mong nagiging mapag-imbot ka na, sobrang makasarili, na gusto mong maging pag-aari ang lahat ng puwede mong makuha—magsimula ka lamang na magbahagi. Sabihin mo sa pag-iimbot na sasakalin mo ito at aalisin mula sa iyong kalikasan.

Isang mayamang magsasaka sa New York, na kilala sa pagtatago ng kanyang kayamanan at pagiging napaka-makasarili, ang nagbalik-loob. Sa maikling panahon matapos ang kanyang pagbabalik-loob, may isang dukha ang lumapit sa kanya at humingi ng tulong. Nawala ang lahat dito at wala itong anumang makain. Inisip ng bagong nagbalik-loob na maging bukas-palad at bigyan ito ng hamon mula sa kanyang tapahan. Nagsimula siyang magtungo sa tapahan, at sa daan, sinabi ng manunukso, "Ibigay mo ang pinakamaliit na hamong mayroon ka."

Nag-alinlangan siya sa buong panahong papunta siya sa tapahan kung ibibigay ba niya ang malaki o maliit na hamon. Upang mapagtagumpayan ang kanyang kasakiman, kinuha niya ang pinakamalaking hamon na at ibinigay iyon sa lalaki.

Sinabi ng manunukso, "Ikaw ay mangmang."

Nguni't sumagot siya, "Kung hindi ka mananahi-mik, ibibigay ko sa kanya ang lahat ng hamon na nasa tapahan ko."

Kung nararamdaman mong ikaw ay sakim, mag-bahagi ng anumang bagay. Magsikap na malampasan ang diwa ng pagkamakasarili at masupil ang iyong katawan, anuman ang kapalit.

Sinabi sa akin ni Henry Durant na kinuha siya ni Goodyear upang ipagtanggol ang patente ng goma. Makatatanggap siya ng kalahati ng salapi na galing sa patente kung magtagumpay siya. Isang araw, nagising siya at natuklasang siya'y mayaman na. Sinabi niya na ang pinakamalaking pakikipagtunggali sa kanyang buhay ay naganap nang mag-alinlangan siya kung paaano niya haharapin ang salapi—kung papanginoonin ba niya ito o siya ang magiging panginoon ng kanyang salapi. Kinailangan niyang magpasya kung magiging alipin siya ng salapi o gagawin itong alipin niya. Sa dulo, nakamit niya ang tagumpay, at ganito nabuo ang Wellesley College.

Naninibugho Ka ba o Nananaghili?

Gumawa ka ng mabuti para sa taong naninibugho ka. Iyon ang paraan upang malunasan ang paninibugho. Mawawasak ito. Ang paninibugho ay isang demonyo at kakila-kilabot na halimaw. Sa isip ng mga makata, nananahan ang Paninibugho sa madilim na yungib, maputla at payat, nakatago sa sulok, hindi kailanman nagagalak maliban sa kasawian ng iba, at patuloy na sinasaktan ang sarili.

May isang pabula tungkol sa isang agila na mas mabilis lumipad kaysa sa isa pang agila, at hindi ito nagustuhan ng huli. Isang araw, nakita ng kalabang agila ang isang mangangaso at sinabi rito, "Nais kong hulihin mo ang agilang iyon."

Sumagot ang mangangaso na gagawin niya iyon kung mayroon lamang siyang mga balahibo na mailalagay sa kanyang palaso. Kaya naman bumunot ng isa ang agila mula sa kanyang pakpak. Pinakawalan ang palaso ngunit hindi naabot ang karibal na agila. Napakataas ng lipad nito. Bumunot pa ng mas maraming balahibo ang mapanibughong agila at nagpatuloy sa pagbunot hanggang sa napakarami nang nawala rito na hindi na ito makalipad. Pagkatapos ay bumaling sa kanya ang mangangaso at pinatay siya. Kung ikaw ay naninibugho, ang tanging sinasaktan mo ay ang iyong sarili.

May dalawang negosyanteng matagal nang magkakompetensiya kasama ang marami nang samaan ng loob. Pagkatapos, ang isa sa kanila'y nagbalik-loob.

Nilapitan niya ang kanyang ministro at sinabi, "Ako'y naninibugho pa rin sa taong iyon at hindi alam kung paano malalampasan ito."

Sumagot ang ministro, "Bueno, kung mayroong pumasok sa iyong tindahan upang bumili ng mga paninda at hindi mo ito maibigay, papuntahin mo na lamang siya sa iyong kapitbahay."

Sinabi niya, "Hindi ko nais na gawin iyon."

"Bueno," sabi ng ministro, "gawin mo ito at mawawasak mo ang paninibugho."

Sinabi niya na gagawin niya.

Nang may pumasok na mamimili sa kanyang tindahan upang bumili ng mga paninda na wala siya, sinabihan niya itong pumunta sa tindahan ng kanyang kapitbahay sa kabilang kalye. Kalaunan, nagsimulang magpadala ng mga mamimili ang kakompetensiya sa tindahan ng taong ito, at unti-unting naghilom ang alitan.

Kapalaluan

Pagkatapos ay nariyan ang *kapalaluan*. Ito'y isa pa sa mga kasalanan na matindi ang pagkondena ng Bibliya, ngunit bihira itong kilanin ng sanglibutan bilang isang kasalanan.

Ang mapagmataas na tingin, at ang palalong puso, siyang ilaw ng masama, ay kasalanan (Mga Kawikaan 21:4). *Bawa't palalo sa puso ay kasuklamsuklam sa Panginoon: bagaman maghawakan sa kamay ay walang pagsalang parurusahan* (Mga Kawikaan 16:5).

Kabilang ang kapalaluan sa mga kasamaan na nagmumula sa puso ng tao at nagdadala ng karumihan sa kanya ayon kay Cristo.

Iniisip ng mga tao na ang mga nakaluluwag lamang sa buhay ang may pagmamataas. Pumunta ka sa likod ng ilang lansangan, at makikita mo na ang ilan sa pinakamahirap ay mapagmataas ding katulad ng mayayaman. Puso ang may kinalaman dito. Ang mga taong walang salapi ay kasingmapagmataas ding tulad ng mga mayroon. Kailangan nating durugin ang kapalaluan. Ito'y isang kaaway. Walang dahilan upang magmalaki sa iyong anyo, dahil walang anyong nagtatagal ng sampung araw sa libingan. Wala talagang dapat ipagmalaki, hindi ba? Idalangin natin sa Diyos na ilayo tayo sa kapalaluan.

Hindi ka puwedeng basta humalukipkip at sabihin, "Panginoon, alisin mo ito sa akin." Dapat kang gumawa kasama Niya.

Supilin ang iyong kapalaluan sa pamamagitan ng paglilinang ng kababaang-loob. Hinihikayat tayo ni Pablo na *mangagbihis gaya ng mga hinirang ng Dios, na mga banal at minamahal, ng isang pusong mahabagin, ng kagandahangloob, ng kababaan, ng kaamuan, ng pagpapahinuhod* (Mga Taga-Colosas 3:12). Ipinaaalala sa atin ni Pedro na *kayo-kayo'y maglingkuran: sapagka't ang Dios ay sumasalangsang sa mga palalo, datapuwa't nagbibigay ng biyaya sa mga mapagpakumbaba* (1 Pedro 5:5). At sa Sermon sa Bundok, nagtuturo si Jesus, *Mapapalad ang mga mapagpakumbabang-loob* (Mateo 5:3).

Mga Kaaway sa Labas

Ano ang mga kaaway natin sa labas? Ano ang sinasabi ni Santiago? *Kayong mga mangangalunya, hindi baga ninyo nalalaman na ang pakikipagkaibigan sa sanglibutan ay pakikipagaway sa Dios? Sinoman ngang magibig na maging kaibigan ng sanglibutan ay nagiging kaaway ng Dios* (Santiago 4:4). At ni Juan? *Huwag ninyong ibigin ang sanglibutan, ni ang mga bagay na nasa sanglibutan. Kung ang sinoman ay umiibig sa sanglibutan, ay wala sa kaniya ang pagibig ng Ama* (1 Juan 2:15).

Gusto ng mga taong malaman, kapag sinabing *sanglibutan*, ano ang ibig sabihin?

Mababasa natin ang sagot sa kasunod na talata. *Sapagka't ang lahat na nangasa sanglibutan, ang masamang pita ng laman at ang masamang pita ng mga mata at ang kapalaluan sa buhay, ay hindi mula sa Ama, kundi sa sanglibutan. At ang sanglibutan ay lumilipas, at ang masamang pita niyaon; datapuwa't ang gumagawa ng kalooban ng Dios ay nananahan magpakailan man* (1 Juan 2:16-17).

Ang sanglibutan ay hindi tumutukoy sa kalikasan na nasa paligid natin. Walang sinabi ang Diyos sa atin na ang materyal na mundo ay kaaway na dapat nating pagtagumpayan. Sa kabaligtaran, ating mababasa, *Ang lupa ay sa Panginoon at ang buong narito; ang sanglibutan, at silang nagsisitahan dito* (Mga Awit 24:1). At, *Ang kalangitan ay nagpapahayag ng kaluwalhatian ng Dios; at ipinakikilala ng kalawakan ang gawa ng kaniyang kamay* (Mga Awit 19:1).

Itinuro ni Canon Liddon na "Ang buhay ng tao at ang lipunan ay napahiwalay sa Diyos sa pamamagitan ng pagtuon sa materyal na mga hangarin at pag-aari, at dahil dito, sila ay laban sa Espiritu ng Diyos at kaharian Niya." Sinabi ni Cristo, *Kung kayo'y kinapopootan ng sanglibutan, ay inyong talastas na ako muna ang kinapootan bago kayo. Kung kayo'y taga sanglibutan, ay iibigin ng sanglibutan ang kaniyang sarili: nguni't sapagka't kayo'y hindi taga sanglibutan, kundi kayo'y hinirang ko sa sanglibutan, kaya napopoot sa inyo ang sanglibutan* (Juan 15:18-19). Ang pag-ibig sa sanglibutan ay nangangahulugan ng kapos na pagsasaalang-alang para sa walang hanggang hinaharap dahil sa pagmamahal sa panandaliang mga bagay.

Paano mapagtatagumpayan ang sanglibutan? Hindi sa pamamagitan ng edukasyon at hindi rin sa pamamagitan ng karanasan. Maaari lamang itong mapagtagumpayan sa pamamagitan ng pananampalataya. *Sapagka't ang sinomang ipinanganak ng Dios ay dumadaig sa sanglibutan: at ito ang pagtatagumpay na dumadaig sa sanglibutan -ang ating pananampalataya. At sino ang dumadaig sa sanglibutan, kundi yaong nananampalatayang si Jesus ay Anak ng Dios?* (1 Juan 5:4-5).

Mga Makamundong Gawi at Kaugalian

Ang isang bagay na dapat nating labanan ay ang *mga makamundong gawi at kaugalian.* Dapat tayong lumihis sa mga kaugalian ng sanglibutan. Napakalaki ng aking respeto sa isang taong kayang manindigan para sa pinaniniwalaan niyang tama laban sa buong sanglibutan. Ang taong kayang tumayo mag-isa ay isang bayani.

Ipagpalagay natin na kaugalian ng mga kabataang lalaki ang gumawa ng mga bagay na hindi mo nais na malaman ng iyong ina, o mga bagay na itinuro sa iyo bilang maling bagay. Maaaring kailanganin mong tumayo mag-isa sa gitna ng iyong mga kasamahan.

Sasabihin nila, "Hindi ka makatakas sa iyong ina, ano? Nakatago ka pa rin sa saya ng iyong ina?"

Sabihin mo lamang, "Oo, inirerespeto ko ang aking ina. Tinuruan niya ako kung ano ang tama at siya ang pinakamatalik kong kaibigan. Naniniwala ako na mali ang ginagawa ninyo at ako ay lalaban para sa tama." Kung kailangan mong tumayo mag-isa, *tumindig.* Ginawa ito ni Enoc, at ni Jose, at ni Eliseo, at ni Pablo. Iningatan ng Diyos ang gayong mga tao sa lahat ng panahon.

May nagsasabing, "Umiinom lang ako kapag may okasyon. Alam ko na isa itong mapanganib na bagay dahil malamang na gayahin ako ng aking anak na lalaki. Pero maaari naman akong tumigil kahit kailan ko gusto. Marahil hindi nakuha ng aking anak ang parehong lakas ng loob gaya ng mayroon ako, at baka masyadong mabigat ito para sa kanya. Pero ito ang kinasanayan sa lipunan kung saan ako gumagalaw."

Isang beses, nakapasok ako sa isang lugar kung saan kinailangan kong tumayo at umalis. Inanyayahan ako sa isang tahanan, at nagsilbi sila ng hapunan nang gabinggabi na. May pitong uri ng inuming nakalalasing sa mesa. Ikinahihiya kong sabihin na sila'y mga Cristiano. Isang diyakono ang humimok sa isang kabataang babae na uminom hanggang sa nahiya na ito. Tumayo ako mula sa mesa at umalis. Naramdaman ko na hindi iyon ang lugar para sa akin. Hindi nila nagustuhan ang ginawa ko. Labag sa kaugalian na batikusin ang gayong kasuklam-suklam na bagay. Sumuway tayo sa kaugalian kung ito ay nagdadala sa atin sa kamalian.

Nasabi sa akin sa isang kolehiyo sa timog ilang taon na ang nakalilipas, na walang lalaking itinuturing na isang primera klaseng ginoo na hindi umiinom ng alak. Siyempre, hindi na gayon ngayon.

Kasiyahan

Ang isa pang kaaway ay ang *makamundong kasiyahan*. Maraming tao ang nalunod lamang sa kasiyahan. Wala silang oras para sa anumang uri ng pagbubulaybulay. Maraming tao ang walang silbi sa lipunan at sa kanilang mga pamilya dahil nagpakaalipin sila sa diyos ng kaligayahan. Nais ng Diyos na maging maligaya ang Kanyang mga anak, ngunit sa paraang makatutulong at hindi makahahadlang sa kanila.

May isang babae na lumapit sa akin nang isang beses at nagsabing, "Ginoong Moody, gusto kong sabihin mo sa akin kung paano ako magiging isang Cristiano." Tumulo ang luha sa kanyang mga pisngi. "Ngunit ayokong maging katulad ninyo."

"Bueno," sabi ko, "mayroon ba akong kakaibang uri? Ano ang problema sa aking Cristianismo?"

"Eh kasi," sabi niya, "ang aking ama ay manggagamot at may malaking klinika. Madalas siyang pagod na pagod dati kaya dinadala niya kami sa teatro. Malaking pamilya kami, at mayroon kaming tiket para sa teatro tatlo o apat na beses sa isang linggo. Sa tingin ko ay nandoon kami nang mas madalas kaysa sa simbahan. Ngayon, kasal ako sa isang abogado, at mayroon siyang malaking kompanya. Napapagod siya nang husto kaya dinadala niya kami sa teatro." Idinagdag pa niya, "Di-hamak na mas kilala ko ang teatro at ang mga tao roon kaysa sa iglesia at sa mga tao nito. At ayokong iwan ang teatro."

"Bueno," sabi ko, "narinig mo ba akong nagsalita tungkol sa mga teatro? Mayroong mga mamamahayag dito araw-araw para sa iba't ibang pahayagan. Inilalathala nila nang buo ang aking mga sermon sa isa sa mga pahayagan. Nakabasa ka na ba ng kahit anong laban sa mga teatro sa aking mga sermon?"

Sinabi niya, "Hindi."

"Bueno," sabi ko, "nakikita kita sa mga nagsisimba tuwing hapon sa loob ng ilang linggo, at narinig mo ba akong magsalita ng kahit ano laban sa mga teatro?"

Wala siyang gayong narinig.

"Bueno," sabi ko, "ano ang naging dahilan para banggitin mo ang mga ito?"

"Aba' y kasi, akala ko'y hindi ka tumatangkilik sa mga teatro."

"Paano mo naisip iyon?"

Sabi niya, "Nagpupunta ka ba?"

"Hindi."

"Bakit hindi ka nagpupunta?"

"Dahil mayroon akong mas mabuting maaaring gawin. Mas gugustuhin ko pang magpunta sa lansangan at kumain ng putik kaysa gawin ang ilan sa mga ginagawa ko noon bago ako naging Cristiano."

Sinabi niya, "Hindi ko maintindihan."

Ang sabi ko, "Kapag si Jesucristo na ang nasa posisyon ng kapangyarihan, mauunawaan mo rin ang lahat. Hindi Siya bumaba rito at nagsabi na hindi tayo dapat pumunta dito o doon. Hindi Siya nagtakda ng maraming mga tuntunin, ngunit nag-iwan Siya ng dakilang mga aral. Sinabi Niya na kung iniibig mo Siya ay ikatutuwa mo ang pagbibigay-lugod sa Kanya." Habang ipinapangaral ko si Cristo sa kanya, muling nagsimulang tumulo ang mga luha niya.

Sinabi niya, "Sinasabi ko sa inyo, Ginoong Moody, napuno ako ng kalungkutan sa sermon ninyo kahapon tungkol sa Cristong nananahan. Tinitingala ko Siya at nais kong maging isang Cristiano, ngunit ayokong iwan ang teatro."

Sinabi ko, "Pakiusap, huwag mo nang banggitin ang mga iyan. Ayoko nang pag-usapan ang tungkol sa mga teatro. Gusto kong makipag-usap sa iyo tungkol kay Cristo." Kaya kinuha ko ang aking Bibliya at binasa ko sa kanya ang tungkol kay Cristo.

Pero sinabi niya uli, "Ginoong Moody, maaari ba akong magtungo sa teatro kung ako'y maging Cristiano?"

"Oo," sabi ko, "maaari kang magpunta sa teatro gaano kadalas mo man maibigan kung ikaw ay tunay na Cristiano, at maaari kang magpunta nang may pagpapala Niya."

"Bueno," sabi niya, "nagagalak ako hindi ka katulad ng iba na may makitid na pag-iisip."

Nakaramdam siya ng malaking ginhawa sa pag-iisip na maaari siyang magpunta sa teatro at maging Cristiano pa rin.

Ngunit sinabi ko, "Kung kaya mong magpunta sa teatro para sa kaluwalhatian ng Diyos, patuloy kang magpunta. Ngunit siguruhin mo na ang pagpunta mo ay para sa kaluwalhatian ng Diyos. Kung ikaw ay isang Cristiano, magagalak ka na gawin ang anumang nakalulugod sa Kanya."

Sa palagay ko'y talagang naging Cristiano siya noong araw na iyon. Nawala ang pasanin niya at nagkaroon siya ng kagalakan. Gayunpaman, bago siya umalis, sinabi niya, "Hindi ko iiwan ang teatro."

Ilang araw lamang ay bumalik siya sa akin at sinabi, "Ginoong Moody, nauunawaan ko na ngayon ang lahat ng tungkol sa teatro. Pumunta ako noong isang gabi. May malaking pagdiriwang sa aming tahanan, at nais pumunta ng asawa ko roon. Nagpunta kami. Ngunit nang itaas ang tabing, nag-iba ang lahat. Sinabi ko sa asawa ko, 'Hindi ito ang lugar para sa akin. Kakila-kilabot ito. Hindi ako mananatili rito. Uuwi na ako.'

"Sabi niya, 'Huwag mong gawing katatawanan ang iyong sarili. Batid ng lahat na ikaw ay nagbalik-loob sa mga pagpupulong ni Moody. Kung aalis ka ngayon, malalaman din ng lahat ang pag-alis mo. Pakiusap, huwag mong gawing katatawanan ang sarili mo sa pagtayo at pag-alis.'

"Ngunit sinabi ko, 'Buong buhay ko nang ginagawang katatawanan ang sarili ko.'"

Hindi nagbago ang teatro, ngunit mayroon na siyang pinanghahawakang mas mabuti. Mapagtatagumpayan niya ang sanglibutan. *Sapagka't ang mga ayon sa laman ay nangagsisitalima sa mga bagay ng laman; datapuwa't ang mga ayon sa Espiritu ay sa mga bagay ng Espiritu* (Mga Taga-Roma 8:5). Kapag si Cristo ang nangunguna sa iyong puso, makakamit mo ang tagumpay. Gawin mo lamang ang alam mong magpapalugod sa Kanya. Ang pinakatinututulan ko sa mga bagay na ito ay iyong pagbibigay sa mga ito ng sobra-sobrang halaga, at nagiging hadlang sa espirituwal na paglago.

Negosyo

Maaaring kailangan nating magtagumpay laban sa ating *negosyo*. Marahil nagnenegosyo tayo sa umaga, tanghali, at gabi, at maging tuwing Linggo. Kung ang isang tao'y kumikilos ng tulad ni Jehu[1] sa buong linggo at parang isang kuhol naman kapag Linggo, mayroon bang mali sa kanya? Ngayon, ang paggawa ay lehitimo, at ang isang tao'y hindi magiging isang mabuting mamamayan kung hindi siya hahayo at pagpapaguran ang kanyang kakanin sa sarili niyang pawis. Dapat siyang maging mabuting negosyante at gawin ang pinakamahusay niyang gawain. Kasabay nito, kung inilalagay niya ang buo niyang puso sa kanyang negosyo, ginagawa itong diyos, at higit itong iniisip kaysa sa alinmang bagay, kung gayon ang sanglibutan ay naging pangunahing hangarin na niya.

Maaaring napakalehitimo nito sa tamang paggamit, tulad ng apoy na kapag ginamit nang tama ay isa sa pinakamabubuting kaibigan ng tao. Subalit sa maling paggamit, isa ito sa pinakamasasamang kaaway. Tulad ng tubig, hindi natin kayang mabuhay nang wala ang tubig. Gayunpaman, sa maling mga kamay, ito'y nagiging kaaway.

Kaya mga kaibigan, ito ang tanong na kailangan nating harapin at sagutin. Ngayon ay suriin ang iyong sarili. Nakakamit mo ba ang tagumpay? Lalo ka bang lumalago sa iyong karakter bilang Cristiano? Nakapamamayani ka ba sa sanglibutan at sa laman?

Tandaan na bawat tukso na iyong napagtatagumpayan ay nagpapalakas sa iyo upang mapagtagumpayan pa ang iba. At bawat tukso na nagtagumpay laban sa iyo ay nagpapahina sa iyo. Maaari kang humina nang humina o lumakas nang lumakas. Inaalis ng kasalanan ang sigla ng iyong lakas, ngunit ang makadiyos na karakter ay magpapalakas sa iyo. Napakarami nang tao ang nadaig ng mga maliliit na bagay. Alalahanin ang sinasabi sa atin sa Awit ni Solomon. *Hulihin ninyo para sa atin ang mga sora, ang mga munting sora na naninira ng mga ubasan; sapagka't ang ating mga ubasan ay namumulaklak* (Ang Awit ni Solomon 2:15). Maraming tao ang nag-aakala na ang mga bagay tulad ng pagkabalisa, pagiging mapanlinlang, at pagsisinungaling para hindi makasakit ng iba ay mga maliliit na bagay lamang. Minsan kaya mong tumayo nang matatag sa harap ng isang malaking tukso, at bago mo malaman ay nadapa ka na sa pagharap sa isang maliit na bagay. Maraming tao ang dinaig ng kaunting *pag-uusig*.

Pag-uusig

Sa palagay ko ay wala tayong sapat na pag-uusig ngayon. Maraming nagsasabing mayroon tayong pag-uusig na kasinghirap ng dinanas noong Mga Madilim na Panahon (Dark Ages). Gayunman, sa palagay ko ay mainam kung mayroon tayong kaunti ng makalumang uri ng pag-uusig ngayon. Mapalalabas nito ang pinakamatatag sa atin at mas lalago tayong lahat sa espirituwal. Nabalitaan kong may mga taong tumatayo sa pagtitipon sa panalangin, nagsasabing magbibigay sila ng ilang mga puna, at pagkatapos ay patuloy na magsasalita hanggang sa aakalain mong magtutuloy-tuloy sila buong linggo. Kung mayroon tayong kaunting pag-uusig, hindi na masyadong magsasalita ang mga taong tulad nila. Madalas sabihin ni Spurgeon noon na ang ilang Cristiano ay magiging mabuting mga martir. Masusunog sila nang mainam, sapagkat sila ay tuyong-tuyo. Kung mayroong ilang mga tulos para sa pagsusunog sa mga Cristiano, sa palagay ko ay maaalis nitong lahat ang pagiging relihiyoso ng ilang tao. Aaminin kong sa simula pa lang ay wala na silang gaano nito. Kung hindi sila handang magdusa ng kaunting pag-uusig para kay Cristo, hindi sila karapat-dapat na maging kanyang mga alagad. Sinabi sa atin, *Oo, at lahat na ibig mabuhay na may kabanalan kay Cristo Jesus ay mangagbabata ng paguusig* (2 Timoteo 3:12). Kung walang sasabihin laban sa iyo ang sanglibutan, wala ring sasabihin para sa iyo si Jesucristo.

Ang pinakamagigiting na tagumpay ng iglesia ay nakamit sa mga panahon ng pag-uusig. Ang unang iglesia ay inusig sa loob ng humigit-kumulang tatlong daang taon pagkatapos ng pagpapako sa krus. Iyon ay mga taon ng paglago at pag-unlad. Ngunit pagkatapos, tulad ng sinabi ni Santo Agustin, ang krus ay tumawid mula sa eksena ng pampublikong pagbibitay tungo sa korona ng mga Cesar, at nagsimula ang pagbagsak ng iglesia. Nang nakipagsanib-puwersa ang iglesia sa Estado, patuloy itong lumala nang lumala kung pag-uusapan ang espirituwalidad at pagiging epektibo. Gayunpaman, ang pagsalungat ng Estado ay nagsilbi lamang paglilinis dito sa lahat ng karumihan. Ang pag-uusig ang nagbigay sa Scotland ng Presbiteryanismo. Ang pag-uusig ang nagbigay sa bansang ito ng kalayaang sibil at pangrelihiyon.

Paano tayo magtatagumpay sa oras ng pag-uusig? Pakinggan ang mga salita ni Cristo. *Ang mga bagay na ito ay sinalita ko sa inyo upang sa Akin kayo'y magkaroon ng kapayapaan. Sa sanglibutan ay mayroon kayong kapighatian: nguni't laksan ninyo ang loob; aking dinaig ang sanglibutan* (Juan 16:33). Makapagpapatotoo si Pablo na kahit na siya ay inusig, hindi siya kailanman pinabayaan. Ang Panginoon ay nanatiling kasama niya, pinatatag siya, at iniligtas siya sa lahat ng kanyang pag-uusig at pagdurusa.

Marami ang umiiwas sa buhay-Cristiano dahil sila ay kukutyain. Kung minsan, kapag hindi napabagsak ng pag-uusig ang isang tao, sa papuri naman siya dadaanin. Madalas na ang mga walang nalalaman ay lumalapit sa isang tao pagkatapos niyang mangaral at pupuriin siya. Minsan ay ginagawa iyon ng mga kababaihan. Marahil ay sasabihin nila sa ilang manggagawa sa iglesia, "Mas mahusay kang magsalita kaysa kay ganito at ganyan." Nagiging mapagmataas ang nasabihan at maglalakad-lakad na parang siya ang pinakamahalagang tao sa bayan. Sinasabi ko sa inyo, may tusong Demonyo tayong kinahaharap. Kung hindi ka niya mapabagsak sa pamamagitan ng mga kalaban, susubukan niyang gumamit ng papuri o ambisyon. Kung hindi niya makamit ang layunin niya sa pamamagitan ng mga iyon, marahil ay may darating na ilang pagdurusa o pagkabigo, at magtatagumpay siya sa gayong paraan. Tandaan, sinuman ang mayroong Cristong nananahan upang tulungan siya ay maaaring magwagi sa bawat kalaban at magtagumpay sa mga ito nang isahan o sabay-sabay. Hayaan silang dumating. Kung si Cristo ay nasa atin, mapababagsak natin silang lahat. Alalahanin kung ano ang kayang gawin ni Cristo. Sa lahat ng panahon, ang mga tao'y humarap sa mas malalaking tukso kaysa sa mga kahaharapin natin.

May isang bagay pang dapat isaalang-alang. Kailangan kong madaig ang sanglibutan, o dadaigin ako ng sanglibutan. Kailangan kong malupig ang kasalanang nasa akin at ilagay ito sa ilalim ng aking talampakan, o aalipinin ako nito. May mga taong kontento na sa isa o dalawang tagumpay at iniisip na sapat na iyon. Kailangan nating gumawa nang higit pa roon. Isa itong labanan sa lahat ng oras. Mapatitibay tayo sa katotohanang nakatitiyak tayo ng tagumpay sa huli. Ipinangako sa atin ang isang maluwalhating tagumpay.

Sa Kanya na Nagtatagumpay

Sa aklat ng Pahayag, nagbigay ang may-akda ng walong pangako sa mga nagtatagumpay sa buhay na ito.

Ang magtagumpay, ay siya kong pakakanin ng punong kahoy ng buhay, na nasa Paraiso ng Dios (Pahayag 2:7). Magkakaroon siya ng karapatan sa punongkahoy ng buhay. Nang nahulog si Adan sa kasalanan, nawala ang karapatan niyang iyon. Itinaboy siya ng Diyos mula sa Eden upang hindi siya makakain mula sa punongkahoy ng buhay at mabuhay magpakailanman. Marahil, kinuha Niya ang punong iyon at itinanim nang panibago sa hardin sa kaitaasan. Sa pamamagitan ng ikalawang Adan, inialay sa atin ang karapatang kumain dito.

Ang magtagumpay ay hindi parurusahan ng ikalawang kamatayan (Pahayag 2:11). Ang kamatayan ay walang kapangyarihan sa kanya. Hindi nito maaaring hawakan siya. Bakit? Dahil naranasan ni Cristo ang kamatayan, at sa pamamagitan ng Kanyang kamatayan ay nagkamit siya ng tagumpay para sa bawat tao. Maaaring kunin ng kamatayan ang katawang ito, ngunit hanggang doon lamang. Ito ay tahanan lang kung saan tayo nananahan. Hindi tayo dapat matakot sa kamatayan kung tayo'y magtatagumpay.

Ang magtagumpay ay bibigyan ko ng manang natatago, at siya'y bibigyan ko ng isang batong puti, at sa bato ay may nakasulat na isang bagong pangalan, na walang nakakaalam kundi yaong tumatanggap (Pahayag 2:17). Kung ako ay magtatagumpay, papakainin ako ng Diyos ng tinapay na hindi alam ng sanglibutan, at bibigyan Niya ako ng bagong pangalan.

At ang magtagumpay, at tumupad ng aking mga gawa hanggang sa katapusan, ay bibigyan ko ng kapamahalaan sa mga bansa (Pahayag 2:26). Isipin mo. Anong karangalan na magkaroon ng kapangyarihan sa mga bansa. Ang isang tao na kayang pamahalaan ang kanyang sarili ay ang taong maaaring pagkatiwalaan ng Diyos ng kapangyarihan. Tanging ang taong kayang pamahalaan ang kanyang sarili ang karapat-dapat na mamuno sa ibang tao. Mukhang nandito tayo sa sanglibutan upang magsanay, at nililinang tayo ng Diyos para sa mas mataas na paglilingkod. Ang mga detalye ay maaaring hindi partikular, ngunit sinasabi sa Salita ng Diyos na maghahari tayo kasama Niya.

Ang magtagumpay ay daramtang gayon ng mga mapuputing damit; at hindi ko papawiin sa anomang paraan ang kaniyang pangalan sa aklat ng buhay, at ipahahayag ko ang kaniyang pangalan sa harapan ng Aking Ama, at sa harapan ng Kaniyang mga anghel (Pahayag 3:5). Ihaharap tayo ni Jesus sa Ama nang nakaputing kasuotan, nang walang bahid o kulubot. Ang bawat pagkakamali at mantsa ay matatanggal. Gagawin tayong perpekto. Siya na nagtagumpay ay hindi magiging estranghero sa kalangitan.

Ang magtagumpay, ay gagawin kong haligi sa templo ng Aking Dios, at hindi na siya'y lalabas pa doon: at isusulat ko sa kaniya ang pangalan ng Aking Dios, at ang pangalan ng bayan ng Aking Dios, ang bagong Jerusalem, na mananaog buhat sa langit mula sa Aking Dios, at ang Aking sariling bagong pangalan (Pahayag 3:12). Isipin na wala nang pagbabalik sa dating kasamaan at wala nang paglalagalag sa madidilim na kabundukan ng kasalanan. Makakasama natin magpakailanman ang Hari.

Sinabi niya, *Isusulat ko sa kanya ang pangalan ng aking Dios.*

Ilalagay Niya ang Kanyang pangalan sa atin. Hindi ba't napakadakila? Ito'y isang bagay na karapat-dapat na ipaglaban.

Sinasabi na nang matanaw ni Muhammad ang Damasco at makita na ang mga tao ay umalis nang lahat sa lungsod, winika niya, "Kung hindi nila ipaglalaban ang lungsod na ito, ano pa ang kanilang ipaglalaban?" Kung ang mga tao ay hindi lalaban dito para sa lahat ng gantimpalang ito, ano ang ipaglalaban nila?

Ang magtagumpay, ay aking pagkakaloobang umupong kasama Ko sa Aking luklukan, gaya ko naman na nagtagumpay, at umupong kasama ng aking Ama sa Kaniyang luklukan (Pahayag 3:21). Madalas magumapaw sa damdamin ang puso ko kapag binabasa ang talatang ito. Ang Panginoon ng kaluwalhatian ay bumaba at nagsabi, "Ibibigay ko sa iyo ang pahintulot na maupo sa Aking lukulukan, tulad ng pag-upo ko sa luklukan ng Aking Ama, kung magtagumpay ka lamang." Hindi ba ito karapat-dapat pagsumikapan? Hindi mabilang ang nakikipaglaban para sa isang korona na maglalaho kalaunan. Ngunit tayo ay ilalagay sa itaas ng mga anghel, arkanghel, serapin, at kerubin. Ilalagay tayo sa luklukan, at mananatili tayong kasama Niya magpakailanman. Nawa'y bigyan ng Diyos ng lakas ang bawat isa sa atin upang makibaka sa laban ng buhay, upang maupo tayong kasama Niya sa Kanyang luklukan. Nang nag-aagaw-buhay ang Emperador na si Federico III ng Alemanya, maging ang kanyang sariling anak ay hindi pinahintulutan na maupo kasama niya sa kanyang luklukan. Wala ring awtoridad ang anak na magpahintulot sa iba na umupo roon kasama niya. Samantalang sinabi sa atin na tayo ay mga tagapagmana kasama si Jesucristo at kasama Niya tayong uupo sa kaluwalhatian.

Sa wakas, *Ang magtagumpay ay magmamana ng mga bagay na ito; at ako'y magiging Dios niya, at siya'y magiging anak Ko* (Pahayag 21:7). Mahal kong mga kaibigan, hindi ba iyon isang dakilang bokasyon? Pinaaawit ko noon ang mga bata sa pan-Linggong paaralan (Sunday school) ng, "I want to be an angel," ngunit hindi na nagawa pa sa loob ng maraming taon. Magiging mas mataas tayo kaysa mga anghel. Tayo ay magiging mga anak ng Diyos. Mamanahin natin ang lahat ng bagay. Itatanong mo ba kung magkano ang halaga ko? Hindi ko nalalaman. Ang mga Rothschild ay hindi kayang kalkulahin ang kanilang kayamanan. Ni hindi nila alam kung ilang milyong salapi ang kanilang pag-aari. Pareho sa kanila ang kalagayan ko. Wala ako kahit kaunting ideya kung magkano ang aking halaga. Ang Diyos ay walang mahihirap na mga anak. Kung tayo'y magtatagumpay, mamanahin natin ang lahat ng mga bagay.

Anong kahanga-hangang mana! Ating kamtin ang tagumpay sa pamamagitan ni Jesucristo, ang ating Panginoon at Tagapagligtas.

BAHAGI IV

Pagsisisi

Ang Mga Resulta ng Tunay na Pagsisisi

Nais kong ituon ang inyong atensyon kung saan humahantong ang tunay na pagsisisi. Hindi lang ang mga hindi nagbalik-loob ang tinutukoy ko, dahil naniniwala ako na malaki ang pagsisisi na dapat gawin ng iglesia bago pa maisakatuparan ang maraming bagay sa sanglibutan. Matibay akong naniniwala na ang mababang pamantayan ng pamumuhay bilang Cristiano ay pinananatiling alipin ng sanglibutan ang marami at pinananatili silang nakagapos sa kanilang mga kasalanan. Kapag nakikita ng mga hindi makadiyos ang mga Cristiano na hindi nagsisisi, hindi makatwiran na asahan silang magsisi at tumalikod sa kanilang mga kasalanan. Libo-libong beses na akong nagsisi kaysa dati mula nang makilala ko si Cristo. Sa palagay ko, karamihan sa mga Cristiano ay may ilang bagay na dapat pagsisihan.

Angkop ang aral na ito sa mga Cristiano, sa akin, at sa sinumang hindi kailanman tinanggap si Cristo bilang kanyang Tagapagligtas.

May limang bagay na dumadaloy mula sa tunay na pagsisisi:

1. Kumbiksiyon.

2. Tunay na Pagsisisi.

3. Pag-amin ng kasalanan.

4. Pagbabalik-loob.

5. Paghahayag kay Jesucristo sa sanglibutan.

Kumbiksiyon

Kapag ang isang tao'y hindi lubos na naniniwalang siya'y makasalanan, ito'y malinaw na tanda na hindi siya tunay na nagsisi. Itinuro sa akin ng karanasan na ang mga taong may napakaliit na pagbibigay-patunay sa kanilang pagkakasala, sa malao't madali ay bumabalik sa kanilang dating buhay. Nitong nakaraang mga taon, mas naranasan ko ang bumibigat na pasanin para sa malalim at tunay na paglago ng mga nagbabalik-loob kaysa para sa pagkakaroon ng nakamamanghang bilang nila. Kung ang isang tao'y nagpapahayag na siya ay nagbalik-loob nang hindi napagtatanto ang kasamaan ng kanyang mga kasalanan, malamang na isa siya sa mga tagapakinig sa mabatong lupa na walang anumang halaga (Mateo 13:5-6). Ang unang indikasyon ng pag-salungat, o unang ragasa ng pag-uusig o pangungutya, ay hihigupin sila pabalik sa sanglibutan.

Naniniwala akong gumagawa tayo ng kahila-hilakbot na pagkakamali kapag hinahayaan nating maupo ang napakaraming tao nang hindi nabibigyang-patunay ang kasalanan, sa iglesia na walang pagkakaunawa sa proseso ng pagpapabanal sa buhay ng isang mananampalataya. Ang kasalanan ay kasing-itim pa rin sa puso ng tao ngayon gaya ng dati. Minsan ay naiisip ko na mas maitim pa nga ito. Kapag mas may pag-unawa ang isang tao, mas mabigat ang kanyang responsibilidad, at samakatuwid ay mas malaki ang kanyang pangangailangan sa malalim na kumbiksiyon.

Minsan ay isinalaysay ni William Dawson ang kuwento na ito upang ipakita kung gaano dapat magpakumbaba ang kaluluwa bago ito makahanap ng kapayapaan.

Sa isang pagpupulong ng muling pagkabuhay (revival meeting), ang isang kabataang lalaki na sanay sa paraan ng mga Metodista ay umuwi sa kanyang ina at sinabi, "Ina, si John Kuwan ay nasa ilalim ng pagbibigay-patunay sa kanyang mga kasalanan at naghahanap ng kapayapaan, ngunit hindi niya ito makakamit ngayong gabi, Ina."

"Bakit, William?" tanong ng ina.

"Dahil babahagya lang siyang nakaluhod, Ina, at hindi niya makakamit ang kapayapaan hangga't hindi siya nagpapatirapa."

Hangga't hindi tayo nagpapatirapa sa pagbibigay-patunay sa ating mga kasalanan, hangga't hindi tayo ganap sa kababaang-loob, hangga't hindi tayo lubusang nawawalan ng pag-asa sa ating sarili, hindi natin mahahanap ang Tagapagligtas.

Ang budhi, ang Salita ng Diyos, at ang Espiritu Santo ay naghahatid sa isang tao sa tunay na pagtalikod sa kanyang mga kasalanan. Ang tatlong ito'y kasangkapan ng Diyos.

Maraming taon bago pa tayo magkaroon ng mga Banal na Kasulatan, iwinawasto ng Diyos ang mga tao sa pamamagitan ng budhi. Ito ang naging dahilan kung bakit nagtago sina Adan at Eva sa presensiya ng Panginoong Diyos sa gitna ng mga puno sa hardin ng Eden. Ito ang nagbigay-sala sa mga kapatid ni Jose nang aminin nila ang kanilang kasalanan dalawampung taon matapos nila itong ipagbili bilang alipin. *At sila'y nagsabisabihan, Katotohanang tayo'y salarin tungkol sa ating kapatid, sapagka't nakita natin ang kahapisan ng kaniyang kaluluwa, nang namamanhik sa atin, at hindi natin siya dininig; kaya't dumarating sa atin ang kahapisang ito* (Genesis 42:21). Kailangan nating mamanhik sa konsiyensya ng ating mga anak bago pa man sila magkahustong gulang upang maunawaan ang tungkol sa Banal na Kasulatan at sa Espiritu ng Diyos. Ang budhi ang nagsasakdal o nagbibigay-paumanhin sa mga Gentil.

Ang konsiyensya ay isang banal na abilidad na ipinagkaloob sa tao, na nagsasabi sa kanyang dapat niyang gawin ang tama. May minsang nagsabi na ito ay nabuo nang kainin nina Adan at Eva ang ipinagbabawal na prutas, nang mamulat ang kanilang mga mata at sila ay *[nakakilala] ng mabuti at ng masama* (Genesis 3:22). Humahatol ito nang hindi humihingi ng imbitasyon. Ito ang nagpapahintulot o kumokondena sa ating mga kaisipan, salita, at gawa, at humuhusga kung ang mga ito'y tama o mali. Hindi kaya ng isang taong lumabag sa kanyang budhi nang hindi niya hinahatulan ang kanyang sarili.

Gayunpaman, hindi ligtas na tagaakay ang konsiyensya sapagkat kadalasan ay hindi nito ipaaalam sa iyo na mali ang isang bagay hangga't hindi mo pa ito nagagawa. Kailangan nito ng impluwensiya ng Diyos dahil ito'y kasa-kasama ng ating makasalanang kalikasan. Maraming tao ang gumagawa ng mga bagay na mali ngunit hindi sila kinokondena ng kanilang budhi. *Tunay na ako ma'y nagisip na dapat akong gumawa ng maraming mga bagay laban sa pangalan ni Jesus na taga Nazaret.* (Mga Gawa 26:9). Ang konsiyensya mismo ay kailangang turuan.

Muli, ang konsiyensya ay madalas na tulad ng isang orasang may alarma. Ginigising at pinupukaw tayo nito sa simula, ngunit makalipas ang ilang panahon, nakasasanayan na ito ng tao at nawawala na ang bisa nito. Maaaring supilin ang budhi. Sa tingin ko ay nagkamali tayo sa hindi sapat na pangangaral sa gampanin ng budhi sa buhay-Cristiano.

Sa paglipas ng panahon, ang budhi ay pinalitan ng kautusan ng Diyos, na natupad kay Cristo.

Ngayon, abot-kamay na ng karaniwang mamamayan ang mga Bibliya, at ang mga ito ang kasangkapan ng Diyos upang magbigay-kahulugan sa kasalanan at kahatulan. Sinasabi sa iyo ng Salita ng Diyos kung ano ang tama at mali *bago* ka makagawa ng kasalanan. Mahalagang matutunan natin at yakapin natin ang mga katuruan nito, sa ilalim ng pamamatnubay ng Espiritu Santo. Ang konsiyensya kumpara sa Bibliya ay katulad ng lampara kung ikukumpara sa araw sa kalangitan.

Ang katotohanan ang nagbigay-sala sa mga Judio noong araw ng Pentecostes. Si Pedro, na puspos ng Espiritu Santo, ay nangaral *na ginawa ng Dios na Panginoon at Cristo itong si Jesus na inyong ipinako sa krus. Nang marinig nga nila ito, ay nangasaktan*

*ang kanilang puso, at sinabi kay Pedro at sa ibang
mga apostol, Mga kapatid, anong gagawin namin?*
(Mga Gawa 2:36-37).

Sa wakas, ang Espiritu Santo ay nagbigay-sala. *At Siya
[ang Mangaaliw], pagparito niya, ay kaniyang susumbatan
ang sanglibutan tungkol sa kasalanan, at sa katuwiran,
at sa paghatol; tungkol sa kasalanan, sapagka't hindi
sila nagsisampalataya sa Akin* (Juan 16:8-9).

Minsan kong narinig ang pagtuturo ng yumaong
si Dr. A. J. Gordon tungkol sa talatang ito. Sinabi niya,
"May ilang komentarista ang nagsasabing walang
tunay na kumbiksiyon sa kasalanan sa sanglibutan
hanggang sa pagsapit ng Espiritu Santo. Sa palagay
ko'y hindi sasang-ayon ang mga dayuhang misyonero.
Ang Gentil na hindi kailanman nakarinig ng tungkol
kay Cristo ay maaaring magkaroon ng napakalaking
kumbiksiyon sa kasalanan. Pansinin na unang ipinag-
kaloob ng Diyos ang budhi at saka pa ang Mang-aaliw.
Ang konsiyensya ay nagpapatotoo sa kautusan. Ang
Mang-aaliw ay nagpapatotoo kay Cristo. Ang budhi ay
naghahatid ng legal na pagbibigay-patunay sa kasala-
nan. Ang Mang-aaliw ay nagdadala ng matibay na
paniniwala sa Banal na Kasulatan. Dinadala ng konsiy-
ensya ang pagbibigay-patunay sa kasalanan hanggang
sa paggawad ng kaparusahan. At ang Mang-aaliw ay
nagdadala ng pagbibigay-patunay sa kasalanan tungo
sa kaligtasan. Patutunayan Niya sa sanglibutan na
mali ang pagkakakilala nila sa kasalanan, dahil hindi
sila naniniwala sa Akin. Ito ang kasalanang pinatu-
tunayan Niya. Hindi nito sinasabi na pinatutunayan
Niya ang kasalanan sa mga tao, dahil sila'y nagnakaw

o nagsinungaling o nangalunya. Ang Espiritu Santo ay magpapatunay ng kasalanan sa mga tao, dahil hindi sila sumasampalataya kay Jesucristo. Ang pagparito ni Jesucristo sa sanglibutan ay nagbigay-daan para sa isang bagong kasalanan. Naghahayag ng kadiliman ang liwanag. Nagiging kasangkapan ang kaliwanagan upang magpatunay sa kadiliman. May mga katutubo sa Gitnang Aprika na hindi kailanman naisip na maitim ang kulay ng kanilang balat hanggang sa makita nila ang mukha ng isang taong maputi. Ang napakaraming tao sa sanglibutang ito ay hinding-hindi nalalaman na sila ay makasalanan hanggang sa makita nila ang mukha ni Jesucristo sa kanyang buong kalinisan.

"Si Jesucristo ngayon ay nakatayo sa pagitan natin at ng kautusan. Binigyang-kaganapan niya ang kautusan para sa atin at hinusay ang lahat ng mga hinihingi nito sa atin. Anuman ang pag-angkin na mayroon ito sa atin ay inilipat sa Kanya. Hindi na ito ang katanungan tungkol sa *kasalanan*, kundi ang katanungan tungkol sa *Anak,* na kailangan nating harapin. Ang unang ginawa ni Pedro pagkatapos na ipadala ng Diyos ang Espiritu Santo sa sanglibutan ay ipahayag si Cristo. *Siya, na ibinigay sa takdang pasiya at paunang kaalaman ng Dios, kayo sa pamamagitan ng mga kamay ng mga tampalasan ay inyong ipinako sa krus at pinatay* (Mga Gawa 2:23). Hindi ito nagsasabi ng anumang iba pang uri ng kasalanan. Ang kasalanan na ito ang laman sa lahat ng katuruan ni Pedro. Habang nangangaral siya, bumaba ang Espiritu Santo at nagbigay-sala sa kanila, at sumigaw sila, *Ano ang dapat namin gawin upang maligtas?*

"Wala kaming bahagi sa pagpapako kay Cristo. Kaya ano ang *ang aming* kasalanan? Ito ang parehong kasalanan sa ibang anyo. Sila'y nabigyang-sala sa pagpapako sa krus kay Cristo. Tayo'y binigyang-sala dahil hindi tayo naniwala sa ipinakong Cristo. Binigyang-sala sila dahil hinamak at itinanggi nila ang Anak ng Diyos. Binibigyang-sala tayo ng Espiritu Santo dahil hindi tayo naniwala sa Hinamak at Itinakwil. Tunay ngang magkatulad ang kasalanang ito sa parehong pagkakataon—ang kasalanan ng kawalan ng pananampalataya kay Cristo."

Ang ilan sa pinakamakapangyarihang pulong na dinaluhan ko ay iyong kung saan mayroong uri ng katahimikang nangibabaw sa mga tao, at para bang may hindi nakikitang lakas na pumiga sa kanilang mga budhi. Naalala ko ang isang lalaking dumalo sa isang pulong. Nang pumasok siya, naramdaman niya na naroon ang Diyos. Namangha siya, at sa mismong oras na iyon ay nabigyang-sala siya at nagbalik-loob.

Tunay na Pagsisisi

Ang tunay na pagsisisi ay isang malalim at makadiyos na kalumbayan at kahihiyan ng puso dahil sa kasalanan. Kung walang tunay na pagsisisi, ang isang tao'y babalik sa kanyang dating kasalanan. Iyan ang suliranin sa maraming Cristiano.

Maaaring magalit ang isang tao, at kung walang tunay na pagsisisi, kinabukasan ay magagalit uli siya. Ang isang anak na babae ay maaaring magsabi ng masasama at masasakit na salita sa kanyang ina. Pagkatapos ay babagabagin siya ng kanyang konsiyensya at sasabihin niya, "Ina, patawad po. Pakiusap, patawarin mo ako."

Ngunit hindi magtatagal ay may isa pa uling pagsabog ng init ng ulo, dahil ang pagsisisi ay hindi malalim at totoo. Ang asawang lalaki ay nagsasabi ng masasakit na salita sa kanyang asawang babae. Pagkatapos, upang mapagaan ang kanyang konsiyensya, aalis siya at bibilhan ito ng isang pumpon ng bulaklak. Hindi niya kayang humarap bilang isang lalaki at aminin na mali ang kanyang inasal.

Ang nais ng Diyos ay tunay na pagsisisi. Kung walang tunay na pagsisisi, walang ganap na pagbabalik-loob. *Ang PANGINOON ay malapit sa kanila na may bagbag na puso, at inililigtas ang mga may pagsisising diwa* (Mga Awit 34:18). *Isang bagbag at may pagsisising puso, Oh Dios, ay hindi mo wawaling kabuluhan* (Mga Awit 51:17). Maraming makasalanan ang nagsisisi sa kanilang mga kasalanan, nagsisisi na hindi na sila maaaring makapagpatuloy pa sa paggawa ng mga ito. Nagsisisi lamang sila nang may pusong hindi lubos na nasusugatan. Sa palagay ko'y hindi natin alam kung *paano* ang magsisi ngayon.

Kailangan natin ng isang makabagong Juan Bautista na maglalagalag sa lupa habang sumisigaw, "Magsisi kayo!" Magsisi kayo!"

Pag-amin ng Kasalanan.

Ang tunay na pagsisisi ay maghahatid sa atin upang aminin ang ating mga kasalanan. Naniniwala ako na siyam na ikasampu sa suliranin sa ating buhay-Cristiano ay nagmumula sa pagkukulang natin sa paggawa nito. Sinusubukan nating itago at pagtakpan ang ating mga kasalanan, ngunit napakaliit ng pag-amin sa mga ito. May nagsabi, "Ang di-nahahayag na kasalanan sa kaluluwa ay tulad ng nakabaong bala sa katawan."

Kung hindi mo nararanasan ang kapangyarihan ng Diyos sa iyong buhay, maaaring mayroon kang di-nahahayag na kasalanan o mayroong bagay sa iyong buhay na kailangan ng paglilinaw. Walang anumang bilang ng pag-awit ng mga salmo, pagdalo sa mga pagpupulong-relihiyon, pananalangin, o pagbabasa ng Bibliya ang magtatakip sa ganitong uri ng bagay. Kailangan itong ipahayag. Kung ako'y napakamapagmataas para umamin, hindi ko dapat asahan ang habag ng Diyos o mga kasagutan sa aking mga panalangin. *Siyang nagtatakip ng kaniyang mga pagsalangsang ay hindi giginhawa: nguni't ang nagpapahayag at nagiiwan ng mga yaon ay magtatamo ng kaawaan* (Mga Kawikaan 28:13). Maaaring siya'y isang tao sa pulpito, isang pari sa likod ng altar, o isang hari sa luklukan, ngunit ang mga nakatagong kasalanan ay may mga kahihinatnan. Sa loob ng anim na libong taon ay pilit itinatago ng tao ang kanyang kasalanan. Sinubukan ito ni Adan, at siya'y nabigo. Sinubukan ito ni Moises nang ilibing niya ang taga-Egipto na kanyang pinatay, ngunit siya'y nabigo. *Talastasin ninyo na aabutin kayo ng inyong kasalanan* (Mga Bilang 32:23b). Maaari mong ilibing ang kasalanan gaano man kalalim mo gustuhin, ngunit patuloy itong lilitaw kung hindi pa ito nabubura ng Anak ng Diyos. Ang hindi nagawa ng tao sa loob ng anim na libong taon, mas mabuting huwag na nating subukan pang gawin.

May tatlong paraan sa paghahayag ng kasalanan. Ang lahat ng kasalanan ay laban sa Diyos at dapat ihayag sa Kanya. Ang ilang kasalanan ay hindi ko kailangang ihayag sa sinuman sa sanglibutan. Kung ang kasalanan ay nasa pagitan ko lamang at ng Diyos, maaari kong ipahayag ito nang mag-isa sa aking tahanan. Hindi ko ito kailangang ibulong kaninuman. *At sinabi ng anak sa kaniya, Ama, nagkasala ako laban sa langit, at sa iyong paningin: hindi na ako karapatdapat na tawaging anak mo* (Lucas 15:21). *Laban sa iyo, sa iyo lamang ako nagkasala, at nakagawa ng kasamaan sa Iyong paningin* (Mga Awit 51:4).

Gayunpaman, kung nagkasala ako sa isang tao, at alam niya na nagkasala ako sa kanya, kailangan kong ipahayag ang kasalanan na iyon hindi lamang sa Diyos kundi pati na rin sa taong iyon. Kung labis ang aking pagmamataas para ihayag ito sa kanya, ni hindi ko na kailangan pang lumapit sa Diyos. Maaari akong manalangin at umiyak, ngunit hindi ito makatutulong. Una sa lahat, umamin ka sa taong iyon. Pagkatapos ay lumapit ka sa Diyos at makikita mo ang Kanyang agarang pakikinig at pagdudulot ng kapayapaan. *Kaya't kung inihahandog mo ang iyong hain sa dambana, at doo'y maalaala mo na ang iyong kapatid ay mayroong anomang laban sa iyo, iwan mo roon sa harap ng dambana ang hain mo, at yumaon ka ng iyong lakad, makipagkasundo ka muna sa iyong kapatid, at kung magkagayon ay magbalik ka at ihandog mo ang iyong hain* (Mateo 5:23-24). Iyan ang paraan ng Banal na Kasulatan.

Mayroong isa pang klase ng mga kasalanan na dapat ipahayag sa madla. Kung nakilala ako sa aking pagiging lapastangan sa Diyos, isang lasenggo, o isang makasalanan na walang kahihiyan, at nagsisisi ako sa aking mga kasalanan, utang ko sa madla ang paghahayag ng mga ito. Ang paghahayag ng kasalanan ay dapat nasasapubliko tulad ng pagkakasala. Maraming tao ang nagsasabi nang masama tungkol sa iba sa harap ng ibang tao, at pagkatapos ay susubukan itong ayusin sa pamamagitan ng pakikipag-usap sa taong iyon nang pribado. Dapat gawin ang paghahayag ng kasalanan upang marinig ng lahat ng nakarinig ng pagkakasala.

Labis nating iniisip ang paghahayag ng kasalanan ng ibang tao. Kung interesado tayo sa tunay na pagsisisi, papasanin natin ang lahat ng kaya natin para mapangalagaan ang ating sarili. Kapag ang isang lalaki o babae ay tumingin nang mainam sa salamin ng Diyos, hindi niya nakikita ang pagkukulang ng ibang tao kundi ang sa kanyang sarili.

Kung ipinahahayag natin ang ating mga kasalanan, ay tapat at banal siya na tayo'y patatawarin sa ating mga kasalanan, at tayo'y lilinisin sa lahat ng kalikuan (1 Juan 1:9). Pasalamatan natin ang Diyos sa ebanghelyo. Kung mayroong anumang pagkakasala sa iyong buhay, magpasyang ihayag ito at humingi ng kapatawaran. Huwag hayaang magkaroon ng anumang hadlang sa pagitan mo at ng Diyos. Isaisip mong mayroon kang malinaw na karapatan sa tahanan na inihanda ni Cristo para sa iyo.

Pagbabalik-loob

Ang paghahayag ng kasalanan ay nagbibigay-daan sa tunay na pagbabalik-loob. Walang tunay na pagbabalik-loob hangga't hindi naitatawid ang tatlong hakbang na ito.

Ang salitang *pagbabalik-loob* ay nangangahulugan ng dalawang bagay. Sinasabi natin na ang isang tao'y nagbalik-loob kapag siya'y ipinanganak muli. Ngunit mayroon din itong ibang kahulugan sa Bibliya.

Sinabi ni Pedro, *Kaya nga mangagsisi kayo, at mangagbalik-loob* (Mga Gawa 3:19). Sa Binagong Bersiyon, nasusulat, *Kaya nga, magsisi kayo at magbalik-loob.* Sinabi ni Pablo na hindi siya masuwayin sa makalangit na pangitain, ngunit ipinangaral sa mga Judio at mga Gentil na dapat silang magsisi at *magbalik-loob* sa Diyos.

Isang matandang teologo ang minsang nagsabi, "Ang bawat tao'y ipinanganak na nakatalikod sa Diyos. Ang pagsisisi ay pagbabago ng takbo ng buhay ng isang tao. Ito'y pagpihit paharap."

Ang kasalanan ay pagtalikod sa Diyos. Ito ay *pagiwas* sa Diyos at *pagtungo* sa sanglibutan. Ang tunay na pagsisisi ay nangangahulugan ng pagbabalik-loob sa Diyos at pag-iwas sa sanglibutan. Kapag may tunay na pagsisisi, ang puso'y nadudurog *para sa* kasalanan. Kapag may tunay na pagbabalik-loob, ang puso'y nadudurog *para sa* kasalanan. Iniiwan natin ang dating buhay at inililipat tayo mula sa kaharian ng kadiliman patungo sa kaharian ng liwanag. Hindi ba't napakaganda?

Maliban kung kasama sa ating pagsisisi ang pagbabalik-loob na ito, ito'y hindi gaanong nagkakahalaga. Kung patuloy ang isang tao sa kasalanan, ito'y patunay ng kanyang walang kabuluhang paghahayag ng pananampalataya. Ito'y katulad ng patuloy na pagsipsip ng tubig sa loob ng barko nang hindi tinatakpan ang mga butas. Sinabi ni Solomon, *At kung sila'y dumalangin sa dakong ito, at ipahayag ang Iyong pangalan, at talikdan ang kanilang*

kasalanan, pagka Iyong pinighati sila (1 Mga Hari 8:35).
Ang panalangin at paghahayag ng kasalanan ay walang
bisa kung sila'y patuloy sa pagkakasala. Pakinggan natin
ang pagtawag ng Diyos at talikdan ang luma't masamang
gawi. Magbalik-loob tayo sa Panginoon. Mahahabag Siya
sa atin at tayo'y patatawarin.

Kung hindi ka pa nagbalik-loob sa Diyos, magbalik-
loob na ngayon. Tutol ako sa ideyang kailangan ng
anim na buwan, anim na linggo, o anim na oras upang
magbalik-loob sa Diyos. Hindi ba't hindi naman kai-
langan ng matagal na panahon para magbalik-loob?
Kung alam mong mali ka, magbalik-loob ka.

Paghahayag kay Cristo

Kung ikaw ay nagbalik-loob, ang susunod na hakbang
ay ang bukas na pagpapahayag nito. *Sapagka't kung
ipahahayag mo ng iyong bibig si Jesus na Panginoon,
at sasampalataya ka sa iyong puso na binuhay siyang
maguli ng Dios sa mga patay ay maliligtas ka; sapagka't
ang tao'y nanampalataya ng puso sa ikatutuwid; at
ginagawa sa pamamagitan ng bibig ang pagpapahayag
sa ikaliligtas* (Mga Taga-Roma 10:9-10).

Ang Paghahayag kay Cristo ang kabuuan sa gawain
ng tunay na pagsisisi sa kasalanan. Pananagutan natin
ito sa sanglibutan, sa ating kapwa Cristiano, at sa ating
sarili. Siya'y *namatay* upang tubusin tayo mula sa ating
mga kasalanan. Dapat ba tayong mahiya o matakot
sa paghahayag sa Kanya? Ang relihiyon bilang kon-
septo—bilang doktrina—ay hindi gaanong interesante
para sa sanglibutan, ngunit may bigat ang mga bagay

na maaaring sabihin ng mga tao mula sa kanilang personal na karanasan.

Naaalala ko ang pakikidalo sa mga pagpupulong kung saan ang katotohanan ay sinasalungat. May palitan ng mapapait at mapanirang mga bagay.

Ngunit isang araw, ang isa sa mga pinakaprominenteng lalaki sa silid ay tumindig at sinabi, "Nais kong malaman ninyo na ako'y isang disipulo ni Jesucristo. Kung mayroong anumang pagkondena para sa Kanyang layunin, handa akong tumanggap ng aking bahagi nito."

Dumaloy ito sa pagpupulong na tulad ng kuryente, at agad na naramdaman ang pagpapala sa kanyang kaluluwa at sa kaluluwa ng iba.

Kailangan mong ipahayag sa madla kapag tinanggap mo si Cristo. Kailangan mong ipahayag Siya sa iyong lugar ng paggawa at sa iyong pamilya. Ipaalam mo sa buong sanglibutan na ikaw ay nasa panig Niya.

Marami ang handang tanggapin si Cristo, ngunit hindi sila handang ipahayag ito. Marami ang nakatuon lamang sa mga leon at oso na nakaharang sa daan. Ngayon, mga kaibigan, ang mga kabundukan ng Demonyo ay gawa lamang sa usok. Maaari siyang maghagis ng dayami sa iyong landas at gawin itong kabundukan.

Sasabihin niya, "Hindi ka maaaring magpahayag tungkol kay Cristo sa iyong *pamilya*. Masisira ka. Hindi mo maaaring sabihin sa iyong katrabaho. Pagtatawanan ka niya."

Ngunit kapag tinanggap mo si Cristo, magkakaroon ka ng kapangyarihang ihayag Siya.

Mayroong isang lalaki sa Kanluran na nagninilay sa kaligtasan ng kanyang kaluluwa. Isang hapon sa kanyang opisina, sinabi niya, "Tatanggapin ko si Jesucristo bilang aking Panginoon at Tagapagligtas."

Umuwi siya at sinabi sa kanyang asawa (na isang nominal na propesor ng relihiyon) na nagpasya siyang maglingkod kay Cristo, at idinagdag, "Pagkatapos ng hapunan ngayong gabi ay dadalhin ko ang ating mga kasama sa silid-tanggapan at magtatayo ng pampami-lyang altar."

"Bueno," sabi ng kanyang asawa, "alam mo na ang ilan sa mga ginoo na darating para sa tsaa ay mga taong nag-aalinlangan sa mga aral ng relihiyon, at mas matanda sila kaysa sa iyo. Hindi ba't mas mainam na maghintay ka hanggang sila'y lumisan, o kaya ay magtungo ka sa kusina at gawin ang iyong unang panalangin kasama ng mga tagapaglingkod?"

Ang lalaki'y nag-isip ng ilang sandali at sinabi, "Inanyayahan ko si Jesucristo sa aking tahanan sa unang pagkakataon, at dadalhin ko Siya sa pinakamainam na silid, at hindi sa kusina."

Kaya't tinawag niya ang kanyang mga kaibigan sa silid-tanggapan. Mayroong kaunting panunukso, ngunit nagbasa siya at nanalangin. Ang lalaking iyon ay naging punong hukom ng Kataas-taasang Hukuman ng Estados Unidos. *Sapagka't hindi ko ikinahihiya ang evangelio: sapagka't siyang kapangyarihan ng Dios sa ikaliligtas ng bawa't sumasampalataya* (Mga Taga-Roma 1:16).

May isang binatang nagpatala para sa hukbo at ipinadala sa kanyang regimento. Sa unang gabi niya ay nasa kuwartel siya kasama ang halos labinlimang iba pang kabataang lalaki na pinalilipas ang kanilang oras sa paglalaro ng baraha at pagsusugal. Bago matulog, lumuhod siya at nanalangin. Minura siya ng mga ito, tinuya siya, at ihinagis ang kanilang mga bota sa kanya.

Nagpatuloy ito nang kasunod na gabi at sa kasunod pa. Sa wakas, lumapit na ang binata sa kapelyan, inilahad kung ano ang nangyayari at nagtanong kung ano ang dapat niyang gawin.

"Bueno," sabi ng kapelyan, "wala ka sa iyong tahanan ngayon, at katulad mo ay may parehong karapatan sa kuwartel ang iyong mga kasamahan. Nagagalit sila kapag naririnig kang manalangin. Maririnig ka pa rin ng Panginoon kahit sa higaan ka lang magdasal at hindi sila magagalit."

Sa loob ng maraming linggo, hindi nakita ng kapelyan ang binata. Sa wakas, nakita niya ito at tinanong, "Oo nga pala, sinunod mo ba ang payo ko?"

"Ginawa ko, sa loob ng dalawa o tatlong gabi."

"Ano ang naging resulta?"

"Bueno," sabi ng binata, "pakiramdam ko'y para akong asong pinarusahan. Kaya't sa ikatlong gabi ay bumangon ako mula sa higaan, lumuhod, at nanalangin."

"Kung ganoon," tanong ng kapelan, "ano ang kinalabasan niyan?"

Sumagot ang batang kawal, "mayroon na kaming pulong-panalangin tuwing gabi. Tatlo ang nagbalik-loob, at nananalangin kami para sa iba pa."

Pagod na pagod na ako sa mahinang Cristianismo. Ibigay natin ang lahat ng makakaya natin para kay Cristo. Kung nais ng sanglibutan na tawagin tayong mga hangal, hayaan natin silang gawin ito. Ito'y sa sandaling panahon lamang. Paparating na ang araw ng pagpuputong ng korona. Pasalamatan natin ang

Diyos sa pribilehiyo na ating natatamasa sa pagpapa-
hayag kay Cristo.

Tunay Na Karunungan

*At silang pantas ay sisilang na parang
ningning ng langit; at silang mangagbaba-
lik ng marami sa katuwiran ay parang mga
bituin magpakailan man* (Daniel 12:3).

Iyan ang patotoo ng isang matandang lalaki. Siya ang
may pinakamayaman at pinakamalalim na karanasan
kaysa sinuman sa mga nabubuhay sa sanglibutan sa
panahong iyon. Dinala siya sa Babilonia noong siya
ay bata pa. Iniisip ng ilang mga mag-aaral sa Bibliya
na hindi siya hihigit sa dalawampung taong gulang
noon. Kung mayroong nagsabi noong kunin ang batang
Hebreo upang bihagin na hihigitan nito ang lahat ng
makapangyarihang lalaki sa panahong iyon, walang
sinumang maniniwala. Ang lahat ng heneral na nag-
wagi sa halos lahat ng mga bansa noong panahong iyon
ay lalampasan ng batang aliping ito. Gayunpaman, sa
loob ng limandaang taon, walang taong nakapaloob sa
kasaysayan ang nagniningning tulad niya. Nalampasan
niya sina Nabucodonosor, Belsasar, Ciro, Dario, at lahat
ng mga prinsipe at makapangyarihang monarko ng
kanyang panahon.

Hindi sinabi sa atin kung kailan siya nagbalik-loob
sa karunungan ng tunay na Diyos, ngunit sa tingin ko
ay mayroon tayong sapat na dahilan upang maniwala

na nangyari ito sa ilalim ng impluwensiya ni Propeta Jeremias. Maliwanag na mayroong isang taong masigasig at banal na nakapag-iwan ng malalim na impresyon sa kanya. *May taong* nagturo sa kanya kung paano siya dapat maglingkod sa Diyos.

Sa panahon ngayon, naririnig nating magsabi ang mga tao tungkol sa hirap ng kinalalagyan nila kung saan sila gumagawa. Sinasabi nilang ang kanilang posisyon ay kakaibang-kakaiba. Isipin natin ang kinalalagyan ni Daniel kung saan siya kailangang gumawa. Hindi lamang siya isang alipin, kundi binihag din ng isang bansa na namumuhi sa mga Hebreo. Hindi niya alam ang wika roon. At nandoon siya kabilang ng mga mapagsamba sa diosdiosan. Gayunpaman, nanindigan siya para sa Diyos mula sa simula at nagpatuloy sa buong buhay niya sa ganoong paraan. Ibinigay niya ang hamog ng kanyang kabataan sa Diyos at patuloy na tapat na sumunod hanggang sa magwakas ang kanyang peregrinasyon.

Pansinin na lahat ng mga taong nakapag-iwan ng malalim na impresyon sa sanglibutan, at pinakanagningning, ay mga taong nabuhay sa panahon ng kadiliman. Tingnan natin si Jose. Ipinagbili siya ng mga Ismaelita bilang alipin sa Egipto. Gayunpaman, isinama niya ang kanyang Diyos sa kanyang pagkabihag tulad din ng ginawa ni Daniel kalaunan. At nanatili siyang totoo hanggang sa wakas. Hindi niya isinuko ang kanyang pananampalataya dahil lang siya'y kinuha sa kanyang tahanan at inilagay kasama ng mga mapagsamba sa diosdiosan. Siya ay nanatiling matatag, at ang Diyos ay nanatiling kasama niya.

Tingnan si Moises na tumalikod sa ginintuan at mamahaling mga palasyo ng Egipto. Ipinakilala niya ang kanyang sarili sa kanyang hinahamak at inaaping bansa. Kung mayroong taong mahirap ang kinalalagyan, si Moises iyon. Gayunpaman, siya'y nagningning at napatunayan na tapat sa Diyos.

Si Elias ay nabuhay sa isang mas madilim na panahon kaysa sa atin. Ang buong bansa ay sumasamba sa diosdiosan. Si Ahab, ang reyna nito, at ang buong sambahayan ng hari ay ginamit ang kanilang impluwensiya *laban* sa pagsamba sa tunay na Diyos. Ngunit nanatiling matatag si Elias at nagningning nang mainam sa kadiliman at kasamaan ng panahong iyon. Ngayon, ang kanyang pangalan ay nangingibabaw sa mga pahina ng kasaysayan.

Isaalang-alang natin si Juan Bautista. Akala ko noon ay nais kong mabuhay sa kapanahunan ng mga propeta, ngunit isinuko ko na ang ideyang iyon. Makatitiyak ka na kapag lumitaw ang isang propeta sa kalagitnaan ng mga tao, madilim ang lahat at ang nagpapahayag bilang iglesia ng Diyos ay lumipat na sa paglilingkod sa diyos ng sanglibutang ito. Ganito nga ang nangyari noong nagpakita si Juan Bautista. Tingnan kung paano nagniningning ang kanyang pangalan sa kasalukuyan. Higit labinwalong siglo na ang lumipas, at ang katanyagan ng mangangaral na iyon sa ilang ay maningning nang higit kailanman. Kinutya siya noong kanyang panahon at henerasyon, ngunit nalampasan niya ang lahat ng kanyang mga kaaway. Pagpupugayan ang kanyang pangalan at maaalala ang kanyang gawain sa habang panahon hangga't ang iglesia ay nasa sanglibutan.

Tingnan natin ang isang mahirap na kinalalagyan. Si Pablo ay nagliwanag para sa Diyos nang magtungo siya bilang unang misyonero sa mga hindi nakakikilala sa Diyos. Ipinakilala niya sa kanila ang Diyos na kanyang pinagsisilbihan, na nagsugo sa Kanyang Anak upang magpakasakit at mamatay sa krus upang iligtas ang sanglibutan. Inalimura ng mga tao si Pablo at ang kanyang mga aral. Pinagtawanan nila siya at kinutya nang magsalita siya tungkol sa Kanya na ipinako sa krus. Ngunit patuloy niyang ipinangaral ang ebanghelyo ng Anak ng Diyos. Siya'y itinuturing na isang dukhang manggagawa ng tolda ng mga dakila at makapangyarihan sa kanyang panahon. Gayunpaman, walang makaaalala sa pangalan ng kanyang mga tagausig maliban na lamang kung ang kanilang mga pangalan ay nauugnay sa kanya.

Ang totoo niyan, *lahat* ng tao'y nais magningning. Marapat lang na aminin na natin iyan ngayon. Nagpapakahirap ang mga tao upang maabot ang tuktok ng hagdanan sa negosyo. Ang bawat tao'y nais na malampasan ang kanyang kapwa at maging tagapamuno sa kanyang propesyon. Sa mundo ng pulitika, laging mayroong tunggalian sa kung sino ang magiging pinakamagaling. Maging sa mga paaralan, makakakita ka ng kompetisyon sa pagitan ng mga batang lalaki at babae. Lahat sila ay gustong manguna sa kanilang klase. Kapag ang isang batang lalaki ay nakamit ang posisyon kung saan nalampasan niya ang lahat ng kasama niya, lubos siyang ipagmamalaki ng kanyang ina. Magagawang sabihin ng ina sa lahat ng mga kapitbahay kung gaano kagaling ang nagawa ni Johnny, at kung ano ang mga parangal na natanggap nito.

Sa hukbo, makakikita ka ng isa na sinusubukang makalagpas sa iba pa. Ang bawat isa'y sabik na magningning at mangibabaw sa kanilang kasamahan. Ang mga kabataang lalaki ay sabik na malampasan ang isa't isa sa kanilang mga laro. Kaya't lahat tayo'y mayroong ganoong pagnanasa sa loob natin. Nais nating maging mas maliwanag kaysa sa iba at umangat sa ibang tao.

Gayunman, kakaunti lang sa sanglibutan ang maaaring talagang magningning. Paminsan-minsan, mahihigitan ng isang tao ang lahat ng kanyang mga katunggali. Kada apat na taon, may pakikibakang nagaganap sa buong bansa upang matukoy kung sino ang magiging pangulo ng Estados Unidos. Ang labanan ay nagpapatuloy sa loob ng anim na buwan o isang taon. Ngunit iisa lamang ang makatatanggap ng gantimpala. Marami ang nagpupumilit na makuha ang posisyon, ngunit karamihan ay nabibigo, dahil iisa lamang ang magkakamit ng inaasam na gantimpala. Ngunit sa kaharian ng Diyos, maaaring magningning ang pinakamababa at pinakamahina kung nais nila. Hindi lamang *isa* ang makakukuha ng gantimpala, ngunit *lahat* ay maaaring makamit ito kung nanaisin nila.

Hindi sinasabi sa talata sa unahan na magiging pinakamaningning ang mga estadista katulad ng liwanag sa kaharian ng Diyos. Ang mga estadista ng Babilonia ay naglaho na. Kahit na ang kanilang mga pangalan ay nalimutan na.

Hindi nito sinasabi na ang mga maharlika'y magniningning. Ang mga maharlika ng sanglibutan ay agad na malilimot. Si John Bunyan, ang panday sa Bedford, ay mas matagal ang naging buhay kumpara sa mga maharlika sa kanyang panahon. Nabuhay sila para sa kanilang sarili, at ang kanilang alaala ay nalimot na. Nabuhay siya para sa Diyos at para sa mga kaluluwa, at ang kanyang pangalan ay naaalala hanggang ngayon.

Hindi sinasabi sa atin na ang mga mangangalakal ay magniningning. Sino ang magagawang pangalanan ang kahit isa sa mga milyonaryo sa panahon ni Daniel? Ang kanilang mga pangalan ay nalibing na sa limot ilang taon matapos ang kanilang kamatayan. Sino-sino ang makapangyarihang mga mananakop noong panahong iyon? Maaari tayong magbanggit ng ilan. Totoo na alam natin ang tungkol kay Nabucodonosor, ngunit si Daniel, hindi si Nabucodonosor, ang nakatayo bilang sandigan sa pananampalataya, sa kabila ng katotohanang pareho silang kinasangkapan ng Diyos sa parehong panahon sa kasaysayan ng Israel.[2]

Iba ang naging kuwento para sa tapat na propetang ito ng Panginoon. Dalawampu't limang siglo ang lumipas, ngunit ang kanyang pangalan ay patuloy at patuloy na nagliliwanag nang nagliliwanag. At magpapatuloy itong magniningning habang umiiral ang iglesia ng Diyos. *At silang pantas ay sisilang na parang ningning ng langit; at silang mangagbabalik ng marami sa katuwiran ay parang mga bituin magpakailan man* (Daniel 12:3).

Ang kaluwalhatian ng sanglibutan ay mabilis na naglalaho. Si Napoleon, ang lider ng militar at pulitikal ng Pransiya, ay halos niyanig ang mundo. Siya ay nagliyab at nagningning bilang isang mandirigma sa lupa sa loob ng maikling panahon. Matapos ang ilang taon, isang maliit na isla na lamang ang kumakalinga sa dating mataas at makapangyarihang mananakop.

Namatay siya na isang dukha at namimighating bilanggo. Nasaan siya ngayon? Halos nakalimutan na. Sino sa buong sanglibutan ang magsasabing si Napoleon ay nabubuhay sa mga damdamin nila?

Ngunit tingnan ang hinamak at kinasusuklaman na propetang Hebreo. Inihagis siya sa yungib ng mga leon dahil siya ay labis na matuwid at relihiyoso. Ngunit ang alaala tungkol sa kanya ay sariwa pa rin hanggang sa ngayon. Iniibig at pinararangalan ang kanyang pangalan dahil sa kanyang katapatan sa Diyos.

Maraming taon na ang nakalipas, nasa Paris ako noong panahon ng Great Exhibition. Si Napoleon III noon ay nasa rurok ng tagumpay. Umaalingawngaw ang sigaw ng pagpupugay ng mga tao habang dumadaan siya sa mga lansangan ng lungsod. Ilang maikling taon pa lang ang lumipas, at siya'y bumagsak mula sa kanyang mataas na kalagayan. Ipinatapon siya at namatay malayo sa kanyang bansa at luklukan, at nasaan ang kanyang pangalan ngayon? Kakaunti ang nag-iisip tungkol sa kanya. Kung ang kanyang pangalan *ay* nabanggit, wala itong kasamang pag-ibig at pagpapahalaga. Maikli at walang halaga ang dakilang karangalan at pagmamalaki sa sanglibutang ito. Kung matalino tayo, mabubuhay tayo para sa Diyos at sa kawalang-hanggan. Magsasaalang-alang tayo ng ibang bagay kaysa ating sarili at hindi mag-aalala para sa papuri at karangalan sa sanglibutan. *Ang bunga ng matuwid ay punong kahoy ng buhay; at siyang pantas ay humihikayat ng mga kaluluwa* (Mga Kawikaan 11:30). Kung ang sinumang lalaki, babae, o bata ay makapagpanalo ng isang kaluluwa sa Diyos sa pamamagitan ng banal na buhay at halimbawa, hindi nabigo ang kanilang buhay. Higit pa sa lahat ng makapangyarihang tao ng kanilang panahon ang kanilang nagawa, dahil nakapagsimula sila ng isang daloy na magpapatuloy magpakailanman.

Inilagay tayo ng Diyos dito upang magliwanag. Hindi tayo nandito upang magbili at magbenta, mag-ipon ng kayamanan, o magkaroon ng kapangyarihan sa sanglibutan. Kung tayo ay Cristiano, ang sanglibu-tang ito ay hindi ang ating tahanan. *Sapagka't ang ating pagkamamamayan ay nasa langit; mula doon ay hini-hintay naman natin ang Tagapagligtas, ang Panginoong Jesucristo* (Mga Taga-Filipos 3:20). Ipinadala tayo ng Diyos sa sanglibutan upang magsilbing liwanag para sa Kanya at bigyang-ilaw ang madilim na sanglibutan. Dumating si Cristo upang maging Ilaw ng Sanglibutan, ngunit pinatay ng mga tao ang ilaw na ito. Dinala nila ito sa Kalbaryo, at pinatay ito.

Bago umakyat sa langit, sinabi ni Cristo sa Kanyang mga alagad, *Kayo ang ilaw ng sanglibutan. Dahil dito magsiyaon nga kayo, at gawin ninyong mga alagad ang lahat ng mga bansa* (Mateo 5:14; 28:19).

Hinirang tayo ng Diyos upang magbigay-liwanag tulad ng pagsugo kay Daniel sa Babilonia upang mag-bigay-liwanag. Huwag hayaang magsabi ang sinumang lalaki o babae na hindi sila maaaring magliwanang, dahil wala silang impluwensiya katulad ng iba. Nais ng Diyos na gamitin mo ang impluwensiyang mayroon ka. Marahil ay walang masyadong impluwensiya si Daniel sa Babilonia noong simula, ngunit agad siyang binigyan ng Diyos ng higit pa dahil siya ay tapat at ginamit niya ang kakayahang mayroon siya.

Tandaan na kahit maliit na liwanag ay makagagawa ng malaking pagbabago kung ito'y nasa isang napakadilim na lugar. Ilagay mo ang isang maliit na kandila sa gitna ng malaking silid, at magbibigay ito ng sapat na liwanag.

Sa mga rehiyon ng mayamang kaparangan, kapag may mga pulong na ginaganap sa gabi sa mga paaralang gawa sa troso, nagpupulong gamit ang ilaw ng kandila.

Ang unang taong dumating ay nagdala ng kapirasong tela na ibinabad sa sebo upang sunugin. Marahil ay ito lang ang mayroon siya, ngunit dinala niya ito at ipinatong sa mesa. Hindi ito gaanong nakapagbigay ng liwanag sa buong paaralan, ngunit mas mainam na ito kaysa sa wala. Bawat sambahayan ay nagdala ng kanilang sariling kandila. Nang puno na ng mga tao ang paaralan, maliwanag na sa loob. Kaya kung lahat tayo'y magbibigay ng liwanag kahit kaunti lang, magkakaroon ng sapat na liwanag. Ito ang nais ng Diyos na gawin natin. Kung hindi lahat tayo ay maaaring magbigay ng liwanag tulad ng mga parola, puwede naman tayong maging isang kandila.

Minsan, ang kaunting liwanag ay malaking bagay. Ang lungsod ng Chicago ay nasunog dahil sa isang baka na nagpatumba ng isang lampara, at isandaang libong tao ang nawalan ng tahanan dahil sa sunog. Huwag mong hayaan si Satanas na magamit ka at ipaisip sa iyo na dahil hindi mo kayang gawin ang dakilang mga bagay ay wala ka nang magagawang anuman.

Kailangan nating tandaan na dapat nating *hayaang* ipakita ang liwanag natin. Hindi sinasabing *gawin* mong maliwanag ang iyong ilaw. Hindi mo kailangang *gumawa* ng liwanag upang magningning. Ang kailangan mo lang gawin ay *hayaan* itong lumiwanag.

Naalala ko ang kuwento tungkol sa isang lalaking hilong-hilo sa karagatan. Sa palagay ko, kung may oras na nararamdaman ng isang tao na hindi siya makagagawa ng anumang gawain para sa Panginoon, ito ay sa ganoong panahon. Habang may sakit ang lalaking ito, narinig niyang may isang tao na nahulog sa dagat. Inisip niya kung may magagawa ba siya para tulungang iligtas ang tao. Kinuha niya ang isang ilaw at itinapat ito sa bintana ng barko. Naligtas ang nalulunod na tao. Noong lumipas na ang pagkahilo ng lalaking ito, lumabas siya ng kabin at nakipag-usap sa naligtas na tao. Ang naligtas na tao'y nagbigay ng testimonya. Sinabi niyang lumubog na siya sa tubig sa pangalawang beses at papalubog na sa huling pagkakataon nang iangat niya ang kanyang kamay. Noon din ay may humawak ng ilaw sa bintana. Nailawan ang kanyang kamay, at isang marino ang sumaklolo sa kanya at hinila siya sa bangka.

Tila maliit na bagay lamang ito, ngunit ito'y nakapagligtas ng buhay ng lalaking iyon. Kung hindi ka makagawa ng dakilang bagay, maaari mong hawakan ang ilaw para sa isang naghihirap na lasenggo, na maaaring mabago ang buhay kay Cristo at maligtas sa kapahamakan. Dalhin natin ang sulo ng kaligtasan sa madilim na mga tahanan at itaas si Cristo sa mga tao bilang Tagapagligtas ng sanglibutan. Kung aabutin natin ang mga taong naghihirap, dapat tayong sumama sa kanila, manalangin kasama sila at gumawa para sa kanila. Hindi ako magbibigay ng halaga sa Cristianismo ng isang tao kung hindi siya handang sumubok at magligtas ng iba. Lubos na kawalan ng utang-na-loob kung hindi natin tutulungan ang iba na nasa parehong hukay kung saan tayo'y nailigtas. Sino ang makatutulong sa mga lasenggo kung hindi ang mga dating alipin ng alak? Hindi ka ba lalabas ngayon at susubukang iligtas ang mga taong ito? Kung lahat tayo'y kikilos sa abot ng ating makakaya, makagagawa tayo ng pagbabago.

Naalala ko ang nabasa ko tungkol sa isang bulag na lalaki na nakaupo sa sulok ng isang lansangan sa isang malaking lungsod na may ilawan sa tabi niya. Dahil bulag siya, tinanong siya ng isang tao kung bakit may dala siyang ilawan, samantalang pareho lang naman sa kanya ang liwanag at dilim.

Sumagot ang bulag na lalaki, "Dala ko ito upang walang madapa sa akin."

Kung mayroong isang tao na nagbabasa ng Bibliya, may isandaang tao namang nagbabasa sa iyo at sa akin. Ito ang nais ipabatid ni Pablo nang sinabi niyang dapat tayong maging buhay na kasulatan ni Cristo, nakikilala at nababasa ng lahat ng mga tao (2 Mga Taga-Corinto 3:2). Hindi ako kumbinsido sa lahat ng magagawa ng mga sermon, kung hindi natin ipinapahayag si Cristo sa pamamagitan ng ating mga buhay. Kung hindi natin ipapahayag ang ebanghelyo sa pamamagitan ng banal na pamumuhay at pagbabalik-loob, hindi natin sila maaakay patungo kay Cristo. Ang isang maliit na akto ng kabutihan ay malamang na magkakaroon ng mas malaking impluwensiya sa kanila kaysa sa anumang dami ng mahahabang sermon.

Isang barko ang naipit sa isang bagyo sa Lawa ng Erie, at sinusubukan nilang makarating sa daungan ng Cleveland. Sa pasukan sa daungan na iyon, mayroon silang tinatawag na mga itaas at ibabang ilaw. Sa malayong dis-tansiya sa batuhan, ang mga itaas na ilaw ay nagliwanag nang matindi. Ngunit nang malapit na sila sa daungan, hindi na nila makita ang mga ilaw na nagpapakita ng pasukan nito. Inisip ng pilotong manlalayag na dapat silang bumalik sa lawa. Sigurado ang kapitan na lulu-bog sila kung babalik sila, at hinimok niya ang piloto na gawin ang lahat para makapasok sa daungan. Ang sabi ng piloto ay napakaliit ng pag-asa na makapasok sila sa daungan, dahil wala siyang anumang gabay patungo rito. Sinubukan nilang gawin ang lahat para maipasok ang barko. Naglayag ito sa ibabaw ng mga alon, pagkatapos ay sa kalaliman ng dagat, at sa huli'y napadpad sila sa dalampasigan, kung saan nasira ang kanilang barko dahil sa lakas ng alon. Mayroong nagpabaya sa mga ibabang ilaw, at nawala ang liwanag nito.

Mag-ingat tayo at maging babala ang nangyari. Pinananatiling maliwanag ng Diyos ang mga itaas na ilaw, ngunit sa atin Niya inatas ang pagpapanatiling maliwanag ng mga ibabang ilaw. Ang ating tungkulin ay kumatawan sa Kanya dito sa sanglibutan, tulad ng pagkatawan ni Cristo sa atin sa harap ng Ama. Kung minsan, naiisip ko na kung mayroon tayong hindi mahusay na kinatawan sa mga hukuman sa itaas katu-lad ng kinatawan ng Diyos sa sanglibutan, marahil ay magiging masalimuot para sa atin na makapasok sa kalangitan. Maghanda tayong kumilos at panatilih-ing maliwanag ang ating mga sarili, upang makita ng iba ang tamang daan at hindi madapa sa kadiliman.

Narinig ko ang tungkol sa isang lalaki sa Minnesota na naipit sa isang nakatatakot na unos. Ang lalawigang iyon ay may sumpa ng mga unos sa taglamig na biglaang bumubuhos kaya mahirap iwasan. Bumabagsak ang niyebe, at pinalilipad ito ng hangin sa mukha ng manlalakbay kaya hindi siya makakikita nang may dalawang talampakang layo sa harapan niya. Marami nang tao ang nawala sa kaparangan kapag inabutan ng isa sa mga unos na iyon.

Naipit ang lalaking iyon at halos sumuko na nang makita niya ang isang maliit na ilaw mula sa isang kubo. Nakarating siya roon at nakahanap ng masisilungan mula sa panganib ng unos. Mayaman na siya ngayon. Nang may kakayanan na siya, binili niya ang bukid at nagtayo ng isang magandang bahay sa lugar kung saan nakatayo ang kubo. Sa tuktok ng isang tore ay nagkabit siya ng isang umiikot na ilaw. Sa bawat gabi na may unos, pinaiilaw niya ito sa pag-asang maging paraan ito upang maligtas ang ibang tao.

Ito ang tunay na pasasalamat, at ito ang nais ng Diyos na gawin natin. Kung tayo'y iniligtas Niya at inalis mula sa kakila-kilabot na hukay, tingnan natin lagi kung mayroong iba pang maaari nating iligtas.

Dalawang lalaki ang nagbabantay sa isang umiikot na ilaw sa parola sa isang mabato at maunos na baybayin. Nasira ang makinarya, at tumigil sa pag-ikot ang ilaw. Nabahala sila na baka akalain ng mga nasa karagatan na ibang ilaw iyon kaya't buong gabi nila itong pinaiikot nang mano-mano upang patuloy itong gumalaw.

Panatilihing nasa tamang lugar ang ating mga ilaw, upang makita ng sanglibutan na hindi huwad ang Cristianismo, bagkus ay katotohanan. Sa mga paligsahan sa Grecia, may isang palaro kung saan tumatakbo ang mga tao na may dalang ilaw. Sinisindihan nila ang isang sulo sa dambana, at tinatakbo ang isang napagkasunduang layo. Kung minsan ay nakasakay sila sa kabayo. Kung makatapos ang isang tao nang hindi naglaho ang kanyang ilaw, makatatanggap siya ng gantimpala. Kung naglaho ang kanyang ilaw, hindi niya matatanggap ang gantimpala.

Marami ang nawalan na ng liwanag at kagalakan sa kanilang pagtanda. Minsan silang nagbigay-liwanag noon sa kanilang mga pamilya, sa pan-Linggong paaralan (Sunday school), at sa iglesia. Ngunit ang sanglibutan o ang kanilang sarili ay pumagitan sa kanila at sa Diyos, at naglaho na ang kanilang liwanag. Kung isa ka sa mga nakaranas nito, matutulungan ka ng Diyos na bumalik sa dambana ng pag-ibig ng Tagapagligtas at sindihang muli ang iyong sulo. Pagkatapos ay maaari ka nang pumunta sa mga nangangailangan, at hayaan mong magningning ang liwanag ng ebanghelyo sa madidilim na tahanang iyon.

Kung aakayin natin ang isang kaluluwa patungo kay Jesucristo, maaari tayong makapagsimula ng isang agos na magpapatuloy kahit wala na tayo sa sanglibutan. Sa itaas sa gilid ng bundok ay mayroong isang maliit na bukal. Tila napakaliit nito na maaari itong ubusin ng baka sa isang lagok lang. Pagkatapos, naging sapa ito, at dito'y dumaloy ang iba pang mga sapa. Hindi nagtagal at ito'y naging isang malaking batis, at pagkatapos ay naging malapad na ilog na umaagos patungo sa dagat. Sa baybayin nito ay mayroong mga lungsod, bayan, at mga nayon kung saan ilang libong tao ang naninirahan. Masagana ang mga halaman sa lahat ng dako, at nagagamit ang ilog para sa pakikipagkalakalan sa malalayong lupain.

Kaya kung maaakay mo ang isa patungo kay Cristo, ang isang iyon ay maaaring umakay ng isandaang tao, at maaari silang umakay ng isanlibo pa. Kaya ang agos na maliit sa una ay patuloy na lumalawak at lumalalim habang dumadaloy ito patungo sa kawalang-hanggan.

> *At narinig ko ang isang tinig na mula sa langit na nagsasabi, Isulat mo, Mapapalad ang mga patay na nangamamatay sa Panginoon mula ngayon! Oo, sinasabi ng Espiritu, upang sila'y mangagpahinga sa kanilang mga gawa; sapagka't ang kanilang mga gawa ay sumusunod sa kanila* (Pahayag 14:13).

Maraming binabanggit sa Banal na Kasulatan na nababasa natin na nabuhay ng maraming taon at pagkatapos ay namatay. Ang pagsilang at kamatayan ay magkadikit. Nabuhay sila at namatay, at iyon lamang ang alam natin tungkol sa kanila. Sa mga panahong *ito,* maaari mong isulat sa lapida ng maraming Cristiano ang petsa kung kailan sila ipinanganak at ang petsa kung kailan sila namatay. Walang anuman sa pagitan.

Hindi mo maililibing ang impluwensiya ng isang mabuting tao. Patuloy itong mabubuhay. Hindi nila nailibing si Daniel. Ang impluwensiya niya ay kasinlaki pa rin ngayon tulad ng dati. Sinasabi mo bang patay na si Jose? Patuloy na nabubuhay ang kanyang impluwensiya at magpapatuloy pa sa mga susunod na panahon. Maaari mong ilibing ang mahinang katawan ng isang mabuting tao, ngunit hindi mo maaalis ang kanyang impluwensiya at mabuting halimbawa. Si Pablo ay hindi pa kailanman naging mas makapangyarihan kaysa ngayon.

Sinasabi mo bang si John Howard na nagtungo sa maraming madilim na bilangguan sa Europa ay patay na? Patay na ba sina Henry Martyn, o William Wilberforce, o John Bunyan? Pumunta ka sa mga estado sa timog, at doon mo makikita ang milyon-milyong mga lalaki at babae na dating mga alipin. Banggitin mo sa sinuman sa kanila ang pangalan ni Wilberforce, at saksihin kung paano agad na aaliwalas ang kanilang mga mukha. Nabuhay siya para sa iba bukod sa kanyang sarili, at ang kanyang alaala'y nabubuhay sa puso ng mga taong kanyang ipinaglaban at pinaglingkuran.

Patay na ba sina Wesley o Whitefield? Ang pangalan ng mga dakilang ebanghelista na ito ay mas pinararangalan ngayon. Patay na ba si John Knox? Maaari kang pumunta saanmang bahagi ng Scotland ngayon at maramdaman ang kapangyarihan ng kanyang impluwensiya.

Ang mga kaaway ng mga lingkod ng Diyos na ito'y sumakabilang buhay na. Ang mga umusig sa kanila at nagpakalat ng kasinungalingan tungkol sa kanila ay sumakabilang buhay na. Ngunit sila mismo ay nabuhay nang higit pa sa lahat ng mga kasinungalingan na ibinato sa kanila. Hindi lamang iyon, ngunit sila rin ay magniningning sa kalangitan. *At silang pantas ay sisilang na parang ningning ng langit; at silang mangagbabalik ng marami sa katuwiran ay parang mga bituin magpakailan man* (Daniel 12:3).

Patuloy nating akayin ang ibang tao sa pagiging matuwid sa abot ng ating makakaya. Tayo'y maging parang patay sa sanglibutan, sa mga kasinungalingan nito, sa mga kalayawan nito, at sa mga ambisyon nito. Mabuhay tayo para sa Diyos, patuloy na humahayo upang akayin ang mga kaluluwa patungo sa Kanya.

Sinabi ni Dr. Chalmers, "Libo-libong mga tao ang humihinga, gumagalaw, at nabubuhay, naglalaho sa entablado ng buhay, at hindi na narinig pa. Bakit? Hindi sila nakibahagi sa kabutihan sa sanglibutan, at walang isa man ang nabiyayaan dahil sa kanila; walang makapagsabi na sila ang naging daan ng kanilang kaligtasan: hindi maalala kahit isang linya o salita na kanilang sinabi o isinulat; at kaya naman sila ay nawala: ang kanilang liwanag ay nawalan ng ningning sa dilim, at hindi sila naaalala, tulad ng mga insekto ng kahapon. Mabubuhay ka ba at mamamatay, o tao na walang kamatayan? Mabuhay ka para sa isang kadahilanan. Magpakabuti ka at iwanan ang monumento ng pagkamatuwid na hindi kayang wasakin ng unos ng panahon. Isulat mo ang iyong pangalan, sa kabutihan, pagmamahal, at kahabagan, sa puso ng libo-libong taong nakasasalamuha mo sa bawat taon: hindi ka malilimutan. Hindi! Ang iyong pangalan, ang iyong mga gawa, ay magiging maliwanag sa puso ng mga maiiwanan mo tulad ng mga bituin sa gabi. Ang mabubuting gawa ay magbibigay-liwanag tulad ng mga bituin sa kalangitan."

Mga aral mula kay Noe at sa Arko

Isang Taimtim Na Mensahe

Kapag nagsasalita ang Diyos, ikaw at ako ay kayang makinig. Hindi tao ang nagsasalita ngayon, kundi ang Diyos. *At sinabi ng PANGINOON kay Noe, Lumulan ka at ang iyong buong sangbahayan sa sasakyan* (Genesis 7:1).

Marahil may ilang iskeptiko na nagbabasa nito at magsasabing, "Sana'y hindi magturo si Ginoong Moody tungkol sa arko. Napag-iwanan na iyan ng lahat ng mga taong matalino."

Hindi ko ito iniwanan. Kapag ginawa ko iyon, isusuko ko ang buong Bibliya. Halos walang bahagi ng Banal na Kasulatan ng Lumang Tipan na hindi tinatakan ng Anak ng Diyos ng Kanyang selyo noong Siya'y narito sa sanglibutan.

Mayroong nagsasabing, "Hindi ako naniniwala sa kuwento ng baha."

Iniugnay ni Cristo sa bahang iyon ang kanyang sariling pagbabalik sa mundong ito. *At kung paano ang mga araw ni Noe, gayon din naman ang pagparito ng Anak ng tao. Sapagka't gaya ng mga araw bago nagkagunaw, sila'y nagsisikain at nagsisiinom, at nangagaasawa at pinapapagaasawa, hanggang sa araw na pumasok si Noe sa daong, at hindi nila nalalaman hanggang sa dumating ang paggunaw, at sila'y tinangay na lahat; ay gayon din naman ang pagparito ng Anak ng tao* (Mateo 24:37-39).

Naniniwala ako sa salaysayin ng baha katulad ng paniniwala ko sa ikatlong kabanata ni Juan. Nahahabag ako sa sinumang taong naghahanap ng mali sa Salita ng Diyos. Sa sandaling hindi natin paniwalaan ang alinmang bahagi nito, isinusuko natin ang isang bahagi ng kabanalan ng Anak ng Diyos. Napansin ko na kapag ang isang tao'y nagsimulang maghanap ng mali sa Bibliya, hindi magtatagal ay sisirain niya itong *lahat*. Ano ang silbi ng paggugol ng limang taon sa isang bagay na maaari mong gawin sa loob ng limang minuto?

Isandaan at dalawampung taon bago nagsalita ang Diyos sa Genesis 7:1, si Noe ay nakatanggap ng pinakakakila-kilabot na mensaheng nanggaling sa langit para sa lupa. Walang tao hanggang sa panahong iyon, at sa tingin ko ay hanggang ngayon, ang nakatanggap ng ganitong uri ng mensahe mula sa langit patungkol sa kahihinatnan ng sanglibutan. Sinabi ng Diyos na dahil sa kasamaan ng mundo, lilipulin Niya ang mundo sa pamamagitan ng baha. Hindi natin mauunawaan ang saklaw at katangian ng kasamaan ng tao bago ang baha. Patong-patong ang pagpapahayag ng Bibliya upang bigyang-diin ito. *At nakita ng PANGINOON na mabigat ang kasamaan ng tao sa lupa, at ang buong haka ng mga pagiisip ng kaniyang puso ay pawang masama lamang na parati. At nagsisi ang PANGINOON na kaniyang nilalang ang tao sa lupa, at nalumbay sa Kaniyang puso* (Genesis 6:5-6). *At tiningnan ng Dios ang lupa, at, narito sumama; sapagka't pinasama ng lahat ng tao ang kanilang paglakad sa ibabaw ng lupa. At sinabi ng Dios kay Noe, Ang wakas ng lahat ng tao ay dumating sa harap ko; sapagka't ang lupa ay napuno ng karahasan dahil sa kanila; at, narito, sila'y aking lilipuling kalakip ng lupa* (Genesis 6:12-13). Nabubuhay noon nang limandaang taon at higit pa ang mga tao, at mayroon silang sapat na panahon upang tumanda sa kanilang mga kasalanan.

Paano Natanggap ang Mensahe

Sa loob ng isandaan at dalawampung taon, nagsumikap ang Diyos sa sibilisasyon bago ang baha. Hindi Siya kailanman nangwawasak ng walang babala, at binigyan sila ng babala. Sa bawat pagpukpok ni Noe ng pako sa arko, ito'y isang babala sa kanila. Sa bawat tunog ng pamukpok ay umaalingawngaw, "Ako'y naniniwala sa Diyos." Kung nagsisi at nanangis sila gaya ng ginawa nila sa Ninive, naniniwala ako na maririnig ng Diyos ang kanilang panalangin at patatawarin sila. Ngunit walang naging iyak ng pagmamakaawa. Wala akong alinlangan na kinutya nila ang ideya na gugunawin ng Diyos ang sanglibutan. Wala akong alinlangan na mayroong mga ateista na nagsabi na walang Diyos.

Isang beses ay nagtanong ako sa isang ateista, "Paano mo ipaliliwanag ang pagkabuo ng sanglibutan?"

"Ah! Nagkaisa ang puwersa at materya at nagkataong nabuo ang sanglibutan."

Sinabi ko, "Kahanga-hanga na wala sa tuktok ng iyong ulo ang dila mo kung ang puwersa at materya lang ang nagsama nito sa ganyang paraan."

Kung ilalabas ko ang aking orasan at sasabihing nagkaisa ang puwersa at materya at nagresulta ito sa pagkakabuo ng orasan, sasabihin mong isa akong baliw, hindi ba?

At pagkatapos ay sasabihin nila na ang sanglibutang ito ay nagkataon lang na nagawa, at nagkusa itong mabuo.

May nakilala akong isang lalaki sa Scotland. Nanindigan siya na walang Diyos.

Tinanong ko siya, "Paano mo ipaliliwanag ang pagkabuo ng mga batong ito?" (Marami kasi silang bato sa Scotland.)

Sabi niya, "Kayang-kaya ng kahit na sinong batang mag-aaral na ipaliwanag iyan."

"Bueno, paano nabuo ang *unang* bato?"

"Mula sa buhangin."

"Papaano naman nabuo ang unang buhangin?"

"Mula sa bato."

Maayos na maayos ang kanyang mga kasagutan. Buhangin at bato, bato at buhangin. Wala akong alinlangan na mayroon ding ganitong parehong mga taong kinaharap si Noe.

Pagkatapos ay nariyan ang mga agnostiko. Naniniwala sila na may Diyos at hindi nabuo ang sanglibutan sa pamamagitan lamang ng pagkakataon.

Ngunit naniniwala silang masyadong maawain at mahabagin ang Diyos upang parusahan ang kasalanan. Ang lasenggo, ang patutot, ang sugarol, ang mamamatay-tao, ang magnanakaw, at ang taong hinahabol ang makamundong kaligayahan ay magiging magkakaparehong lahat kasama ng mga banal sa dulo. Sakaling ang gobernador ng inyong estado ay napakamaawain na hindi niya kayang makitang may isang tao na nagdurusa o nakakulong, at naniniwala siya na dapat palayain ang lahat ng bilanggo, hanggang kailan siya magiging gobernador? Patatalsikin mo siya sa kanyang opisina bago pa lumubog ng araw. Ang mismong mga taong ito na nagsasalita tungkol sa awa ng Diyos ay mauuna pang mag-alsa kaysa kung ang isang gobernador ay tumangging ikulong ang isang kriminal.

May iba na naniniwala na hindi kayang gunawin ng Diyos ang sanglibutan kahit naisin Niya. Kung magkakaroon ng malaking baha, tatakas lamang sila patungo sa mga burol at bundok para makaiwas dito. Mas mahusay iyon ng isandaang beses kumpara sa arko ni Noe. O kung sakaling mangyari iyon, puwede silang gumawa ng mga balsa na mas matibay pa kumpara sa arkong iyon. Hindi pa nila nakikita ang ganoong kapangit na bagay. Nasa limandaang talampakan ang haba nito, mga walumpung talampakan ang lapad, at mga limampung talampakan ang taas. May tatlong palapag ito at mayroon lamang isang maliit na bintana.

Sa wakas, may ilan na naniniwala na mali si Noe dahil kabilang siya sa minorya. Sikat na argumento iyan ngayon, alam mo ba? Si Noe ay kabilang sa minorya. Ngunit nagpatuloy siya sa paggawa.

Kung mayroong mga taberna noon, malamang na may maruruming kanta tungkol kay Noe at sa kanyang arko. Wala akong pag-aalinlangan na ginawa nga nila, dahil nabasa natin na mayroong *karahasan sa lupain*, at saanman mayroong inuming nakalalasing ay mayroong karahasan. Nabasa rin natin na nagtanim si Noe ng isang ubasan at nahulog sa kasalanan ng paglalasing. Isa siyang matuwid na tao. Kung nagawa niya iyon, paano pa ang iba? At kung mayroon silang mga teatro noon, malamang na nagsagawa pa sila ng dula para aliwin ang buong pamilya.

Kung mayroon silang pahayagan noon, baka may mga mamamahayag na pumunta para kapanayamin siya. At maglalabas ang Associated Press ng balita araw-araw tungkol sa progreso ng pagbuo ng arko.

At marahil ay mayroong mga pagbisita kung saan pinupuntahan ng mga tao ang arko bilang isang atraksiyon. Kung sakaling nandoon si Noe, magsisikuhan sila at sasabihin, "Iyan si Noe. Hindi mo ba napapansin na may kakaibang tingin ang kanyang mga mata?"

Gaya ng sasabihin ng isang taga-Scotland, sa tingin nila ay mayroon siyang kaunting kahangalan. Salamat sa Diyos, maaring magkaroon ng munting kabaliwan ang isang tao. Ang isang taong may problema sa pag-iisip ay nag-iisip na baliw ang lahat ng *iba pang* tao. Ang isang lasenggo ay hindi tinatawag na baliw ang kanyang sarili kapag winaldas niya sa paglalasing ang lahat ng kanyang pinansiyal na pinagkukunan. Ngunit tinatawag na baliw ang isang tao kapag pumapasok siya sa arko at naliligtas magpakailanman.

Lahat ng uri ng pangungutya ay ginawa tungkol kay Noe at sa kanyang arko. Ang mga mangangalakal ay nagpatuloy sa pagbili at pagbebenta, samantalang si Noe ay nagpatuloy sa pagpapangaral at pagpapagal.

Marahil ay mayroon silang mga astronomo na nagmamasid sa mga bituin at nagsasabi, "Huwag kayong mag-alala. Walang anumang palatandaan ng paparating na unos sa kalangitan. Kami ay napakatalinong mga tao. Kung may paparating na unos, mababasa namin ito sa kalangitan."

Ang mga heologo ay patuloy na maghuhukay at sasabihin, "Walang anumang palatandaan sa lupa."

Maaaring maging ang mga karpintero na tumulong sa pagbuo ng arko ay kinutya rin si Noe. Ngunit maaaring katulad sila ng maraming tao ngayon na tutulong sa pagpapatayo ng iglesia, at marahil ay magbibigay ng salapi para suportahan ito, ngunit hinding-hindi papasok sa loob.

Nagpatuloy ang mga bagay gaya ng dati. Ang mga batang tupa ay naglalaro sa tagiliran ng mga burol tuwing tagsibol. Ang mga tao'y naghahangad ng kayamanan. Kung mayroon silang mga kasunduan sa pagpapaupa, inaasahan ko na mas matagal ito kumpara sa ating mga kasunduan ngayon. Iniisip natin na napakahaba ng siyamnapu't siyam na taon, ngunit malamang na tumatagal ang kanila ng siyam na daan at siyamnapu't siyam na taon. At kapag lalagda sila ng kasunduan, kanilang sasabihin, "Sinabi ni Noe na magwawakas na ang sanglibutan sa loob ng isandaan at dalawampung taon, at ngayon ay dalawampung taon na ang nakalipas. Ngunit sa palagay ko'y lalagda ako sa kasunduan at susugal."

May nagsabi na marahil ay bingi si Noe, dahil hindi niya makakayang tanggapin ang mga pangungutya at mababang pagtingin sa kanya ng kanyang mga kaba-bayan kung hindi. Ngunit kahit bingi siya sa boses ng mga tao, malinaw niyang narinig ang tinig ng Diyos nang sinabi Niya na bumuo siya ng arko.

Nakikini-kinita ko na pagkalipas ng isandaang taon, nang huminto na ang paggawa sa arko, sinabi ng mga tao, "Bakit tumigil siya sa paggawa?"

Naglakbay sa pangangaral si Noe upang maipaabot sa mga tao ang tungkol sa paparating na unos. Binalaan niya ang mga tao na lilipulin ng Diyos ang lahat ng tao sa lupa maliban kung sisilong sila sa loob ng arko. Ngunit hindi niya nakumbinsing maniwala sa kanya kahit isang tao maliban sa kanyang sariling pamilya.

May ilang matatanda na ang pumanaw. Namatay sila na sinasabi, "Mali si Noe."

Kawawang Noe. Siguradong nahirapan siya. Hindi ko alam kung magkakaroon ako ng kagaanang-loob na gumawa sa loob ng isandaan at dalawampung taon nang walang kahit isang nagbabalik-loob. Ngunit nagpatu-loy siya sa pagpapagal at naniwala sa Salita ng Diyos.

At pagkatapos ay naubos ang isandaan at dalawam-pung taon. Sa tagsibol ng taong iyon, hindi nagtanim si Noe dahil alam niyang darating na ang baha. Sinabi ng mga tao, "Nagtatanim siya kada isang taon. Ngayong taon, iniisip niya na lilipulin na ang sanglibutan at hindi siya nagtanim ng anuman."

Paparoon sa Loob

Nakikini-kinita ko ang isang magandang umaga na maaliwalas at walang ulap sa langit. Narinig ni Noe ang boses ng Diyos. Narinig niya ang parehong boses isan-daan at dalawampung taon na ang nakalipas. Marahil ay nagkaroon ng katahimikan sa loob ng isandaan at dalawampung taon. Ngunit umalingawngaw muli ang tinig sa kanyang kaluluwa: *Noe, lumulan ka at ang iyong buong sangbahayan sa sasakyan* (Genesis 7:1 KJV).

Ang salitang *lumulan* (*come*) ay mababasa ng labinsiyam na daang beses sa Bibliya. Ito ang unang pagkakataon na nangangahulugan ito ng kaligtasan. Madaling maisip si Noe at ang kanyang pamilya na lumululan sa arko habang bitbit ang lahat ng kagami-tan ng kanilang sambahayan.

Ang ilan sa mga kapitbahay niya, marahil ay nagsabi, "Noe, bakit ka nagmamadali? Mayroon ka pang maraming oras para lumulan sa lumang arko na iyan. Bakit ka nagmamadali? Walang mga bintana at ni hindi ka makasisilip sa labas upang malaman kung kailan darating ang unos."

Ngunit narinig niya ang tinig ng Diyos at sumu-nod siya.

Maaaring nagsabi ang ilan sa kanyang mga kamag-anak, "Ano ang gagawin mo sa lumang tahanan?"

Maaaring sinabi ni Noe, "Hindi ko na kailangan iyan. Darating na ang unos. Ang kayamanan ng mundo ay walang halaga. Ang arko ang tanging lugar ng kalig-tasan." Dapat nating tandaan na ang mga pag-aari na labis nating pinahahalagahan, hindi magluluwat ay maglalaho. Ang sangkalangitan ay mag-aapoy. Sa kalaunan, ano ang magiging halaga ng ari-arian, karangalan, at kapangyarihan sa lipunan?

Ang unang nagbigay-alalahanin sa mga tao ay nang gumising sila isang umaga, at ang kalangitan ay puno ng mga ibon. Magkakapares silang lahat na lumipad patungo sa loob ng arko. Nagmula sila sa ilang, sa mga kabundukan, at sa lahat ng panig ng sanglibutan. Siguradong kakatwa itong tanawin. Nakikini-kinita ko ang daing ng mga tao, "Dakilang Diyos! Ano ang kahulugan nito?"

At tumingin sila sa ibaba sa lupa at nakakita ng mga munting insekto na umuusad nang dala-dalawa mula sa lahat ng panig ng sanglibutan. Saka dumating ang mga baka at mga hayop, dala-dalawa. Dumaing ang mga kapitbahay, "Ano ang kahulugan nito?"

Nagtakbuhan sila sa kanilang mga estadista at pantas, na nagsabing walang anumang palatandaan ng paparating na unos, at nagtanong sa mga ito kung bakit ang mga ibon, mga hayop, at gumagapang na bagay ay patungo sa arko, na tila ginagabayan ng isang hindi nakikitang kamay.

Sinabi ng mga estadista at mga pantas, "Hindi namin maipaliwanag, pero huwag kayong mag-alala tungkol dito. Hindi lilipulin ng Diyos ang sanglibutan. Lalong maunlad ang kalakalan. Sa tingin ninyo ba ay hahayaan ng Diyos na maging ganito tayo kasagana kung lilipulin Niya ang sanglibutan? Wala pa ring tanda ng parating na unos. Wala kaming ideya kung ano ang nag-udyok sa mga insekto at mga mababangis na hayop sa kagubatan na pumasok sa arko. Hindi namin ito nauunawaan. Napakakakatwa nito. Ngunit wala pa ring anumang palatandaan na may magaganap. Maliwanag ang mga bituin, at ang araw ay matingkad na sumisikat tulad ng dati. Ang lahat ay nagpapatuloy tulad ng dati. Maririnig mo ang mga batang naglalaro sa lansangan. Patuloy pa rin ang pag-iisang dibdib ng mga lalaki at babae."

Nakikini-kinita ko na naglaho ang pagkabahala at nagbalik ang lahat sa normal. Lumabas si Noe at nagsabi, "Ang pinto ay magsasara na. Pumasok na kayo. Lilipulin na ng Diyos ang sanglibutan. Nakita ninyo kung paano dumating ang mga hayop? Ang atas sa kanila'y direktang nagmula sa kalangitan." Ngunit nagpatuloy lang ang pangungutya ng mga tao sa kanya.

Alam ninyo ba, nang matapos ang isandaan at dalawampung taon, binigyan ng Diyos ang sanglibutan ng pitong araw pa? Napansin ninyo ba iyon? Kung mayroong naganap na pagsisisi sa loob ng pitong araw na iyon, naniniwala ako na ito ay didinggin. Ngunit walang pagsisisi.

Sumapit ang huling araw, ang huling oras, ang huling minuto, at ang huling segundo. Bumaba ang Makapangyarihang Diyos at isinara ang pinto ng arko. Hindi anghel o tao, kundi mismong Siya na Diyos ang nagsara ng pintong iyon. Nang bumangon ang panginoon ng sambahayan at isinara ang pinto, naisakatuparan ang kapahamakan ng lumang sanglibutan. Ang araw ay lumubog sa kaluwalhatian ng lumang sanglibutan sa huling pagkakataon. Mula sa malayo'y narinig ang ingit ng unos. Dumagundong ang kulog at gumuhit ang kidlat. Nalito ang lumang sanglibutan. Sumambulat ang unos sa kanila. Ang lumang arko ni Noe ay naging mas mahalaga sa kanila kaysa sa buong sanglibutan.

Maaaring kutyain ito ng iba, pagtawanan ang Bibliya, gawing katatawanan ang Diyos ng iyong ina, o pagtawanan ang mga Cristiano, ngunit darating ang oras na ang isang pangako sa Salita ng Diyos ay magiging higit na mahalaga sa iyo kaysa sa sampung libong sanglibutang tulad nito.

Nagbukas ang tabing ng kalangitan at bumulwak ang mga bukal ng kalaliman. Sumirit ang tubig mula sa lupa, at ang dagat ay lumukso mula sa kanyang mga hangganan. Umapaw ang mga ilog. Ang mga tao sa mababang lugar ay lumikas patungo sa mga kabundukan at matataas na lugar. Lumikas sila sa mga burol. Sumigaw ang mga tao, "Noe! Noe! Noe! Papasukin mo kami!"

Iniwan nila ang kanilang mga tahanan at tumungo sa arko. Kinatok nila nang malakas ang arko. Sumigaw sila, "Noe! Papasukin mo kami! Noe! Maawa ka sa amin!"

"Pamangking lalaki mo ako!"

"Pamangking babae mo ako!"

"Ako ang iyong tiyuhin!"

May isang tinig na sumigaw mula sa loob, "Gusto ko kayong papasukin, ngunit isinara na ng Diyos ang pinto. Hindi ko ito mabubuksan!"

Isinara ng Diyos ang pintong iyon. Nang isinara ang pinto, wala nang pag-asa. Huli na ang kanilang panaghoy para sa awa. Tapos na ang kanilang pagkakataon para sa biyaya. Dumating na ang kanilang huling oras. Nanawagan ang Diyos sa kanila at inanyayahan sila na pumasok. Ngunit kinutya nila ang paanyaya. Nagtawanan sila at ginawa nilang katatawanan ang ideya ng malaking baha. Huli na ang lahat ngayon.

Hindi pinahintulutan ng Diyos na mayroong makaligtas upang ipaalam sa atin kung paano namatay ang mga tao. Nang nawalan ng pamilya si Job, may mensahero na dumating sa kanya. Walang mensahero na nagmula sa mundo bago ang baha. Kahit mismong si Noe ay hindi nakita ang pagkawala ng sanglibutan. Kung nakita niya, makikita niya ang mga lalaki, babae, at bata na nagtangkang makapasok sa arko. Tumaas nang tumaas ang mga alon, at ang mga nasa labas ay namatay sa kanilang kawalan ng pananampalataya. May mga nag-isip na makatakas sa pamamagitan ng pag-akyat sa mga puno. Akala nila'y huhupa rin kaagad ang unos. Patuloy na umulan, araw at gabi, sa loob ng apatnapung araw at apatnapung gabi. Tinangay sila ng mga along humampas sa kanila. Humingi ng habag ang mga esta-dista, astronomo, at dakilang mga tao, ngunit huli na ang lahat. Sinuway nila ang Diyos ng awa. Tinawag Niya sila, ngunit tumanggi sila. Nanawagan Siya sa kanila, ngunit sila'y tumawa at nangutya. Dumating ang pana-hon para sa hatol sa halip na awa.

Paghuhukom

Darating muli ang oras na hahatulan ng Diyos ang sanglibutan. Hindi natin alam kung kailan ito mang-yayari, ngunit siguradong darating ito. Ipinahayag ng Salita ng Diyos na ang sanglibutang ito ay ibabalot na parang balumbon at susunugin sa apoy. Anong mangyayari sa iyong kaluluwa? Ito'y mapagmahal na pagtawag: *Noe, lumulan ka at ang iyong buong sang-bahayan sa sasakyan* (Genesis 7:1 KJV). Dalawampu't apat na oras bago pumatak ang ulan, hindi gaanong mahalaga ang arko ni Noe kundi bilang panggatong. Ngunit dalawampu't apat na oras nang magsimula ang pag-ulan, ang arko ni Noe ay nagkakahalaga nang higit pa sa buong sanglibutan. Walang taong buhay na hindi ibibigay ang lahat para sa isang upuan sa loob ng arko. Maaari kang tumalikod at tumawa.

Maaari mong sabihin, "Mas gugustuhin kong wala si Cristo kaysa nandito Siya sa akin."

Ang panahon ay darating kung saan si Cristo ay magkakahalaga sa iyo nang higit pa sa sampung libong sanglibutang tulad nito. Inihahandog Siya sa iyo ngayon. Ngayon ang araw ng biyaya. Ngayon ang araw ng awa. Kung babasahin mo nang mabuti ang Bibliya, malalaman mong ang Diyos ay laging nagkakaloob ng biyaya bago ang paghuhukom. Nauuna ang biyaya bago ang paghuhukom. Tinawag Niya nang may pag-ibig ang mga tao noong panahon ni Noe. Maliligtas sana sila kung sila ay nagsisi sa kanilang mga kasalanan sa loob ng isandaan at dalawampung taon na iyon. Nang dumating si Cristo at manawagan sa mga tao sa Jerusalem, iyon ang kanilang araw ng biyaya. Ngunit kinutya at pinagtawanan nila Siya.

Sinabi niya, *Oh Jerusalem, Jerusalem, na pumapatay sa mga propeta, at bumabato sa mga sinusugo sa kaniya! Makailang inibig kong tipunin ang iyong mga anak, na gaya ng pagtitipon ng inahing manok sa kaniyang mga sisiw sa ilalim ng kaniyang mga pakpak, ay ayaw kayo* (Mateo 23:37). Pagkalipas ng apatnapung taon, libo-libong mga tao ang nanalangin na maligtas. Mahigit isang milyon ang namatay sa bayang iyon.

Noong 1857, nagkaroon ng pagkabuhay muli sa bansang ito mula sa silangan, patungo sa baybayin ng Pasipiko. Ito ang pagtawag ng Diyos sa bansa patungo sa Kanya. Sa panahong iyon, humigit-kumulang kalahating milyong tao ang nakipag-isa sa iglesia. Pagkatapos ay sumiklab ang

Digmaang Sibil. Ang bansa ay binautismuhan sa Espiritu Santo noong 1857, at noong 1861 ay binautismuhan tayo sa dugo. Ito'y pagtawag ng habag bago ang paghuhukom.

Ligtas Ba Ang Iyong Mga Anak?

Ang Banal na Kasulatan na aking pinili ay may espesyal na aplikasyon sa mga Cristiano at mga magulang. Ang utos na ito ng Banal na Kasulatan ay ibinigay kay Noe hindi lamang para sa kanyang kaligtasan kundi para sa kaligtasan ng kanyang sambahayan. Ang tanong ko sa bawat ama't ina ay ito, "Nasa loob ba ng arko ng Diyos ang inyong mga anak?" Maaaring balewalain mo ito, pero ito ay napakahalagang tanong. Nasa arko na ba ang lahat ng iyong anak? Nasa arko na ba ang lahat ng iyong apo? Huwag kang tumigil, araw man o gabi, hangga't hindi mo naipapasok ang iyong mga anak sa arko. Naniniwala ako na may limampung tukso ang aking mga anak habang ako'y may iisa lamang. Naniniwala ako na sa malalaking lungsod ay may mga patibong ng Demonyo sa bawat kanto ng bawat lansangan na naghihintay sa ating mga anak na lalaki at babae. At hindi ako naniniwala na dapat nating sayangin ang ating panahon sa pag-iipon ng kayamanan at mga makamundong bagay. Nagawa ko na ba ang lahat ng aking makakaya upang maipasok ang aking mga anak sa arko? Tungkulin natin ito. Tapos ang usapan.

Ngayon, hayaan ninyong magtanong ako ng isa pa. Ano kaya ang naramdaman ni Noe kung nang tawagin siya ng Diyos para pumasok sa arko ay tumanggi ang kanyang mga anak na sumama sa kanya? Kung namuhay siya bilang masamang halimbawa na nawalan ng pananampalataya ang kanyang mga anak sa kanyang salita, ano kaya ang mararamdaman niya? Sasabihin niya, "Nandoon ang aking kaawa-awang anak sa kabundukan. Mas nanaisin kong mamatay rin."

Umiyak si David para sa kanyang anak. *O anak kong Absalom, anak ko, anak kong Absalom! Mano nawa'y ako ang namatay na kahalili mo, Oh Absalom, anak ko, anak ko!* (2 Samuel 18:33). Mahal ni Noe ang kanyang mga anak, at may tiwala sila sa kanya.

May nagpadala sa akin ng pahayagan ilang taon na ang nakararaan. Naglalaman ito ng isang artikulong minarkahan. Ang pamagat nito ay "Nasa arko na ba ang iyong mga anak." Nasa bingit na ng kamatayan ang isang matandang babae. Halos isandaang taon na ang kanyang edad. Ang kanyang asawa na nakasama niya sa kanyang paglalakbay, ay nakaupo sa kanyang tabi. Halos hindi na siya humihinga. Bigla siyang nagmulat ng mga mata, nagising, at sinabi, "Napakadilim."

"Oo, Janet, madilim nga."

"Gabi na ba?"

"Oo, hatinggabi na."

"Nasa arko na ba ang ating mga anak?"

Dalawampung taon nang nasa hukay ang bunsong anak ng babae. Ngunit nang gabing iyon na natutulog siya kay Cristo, nagbalik siya sa nakaraang mga araw at nagtanong, "Nasa arko na ba ang ating mga anak?"

Nasa loob na ba silang lahat? Tanungin mo ang iyong sarili. Nakapasok na ba si Juan? Nakapasok na ba si Santiago? O nakalublob ba siya sa paggawa at sa kasiyahan? Nabubuhay ba siya nang hindi tapat?

Nasaan ang iyong anak, ina? Nasaan ang iyong anak na lalaki at babae? Maayos ba ang kalagayan ng iyong mga anak? Masasabi mo bang oo?

Pagkatapos ng ilang taon ng pagiging tagapamahala sa isang pan-Linggong paaralan sa Chicago—isang paaralan na may mahigit sa isanlibong miyembro, mga bata na galing sa mga tahanang hindi kilala ang Diyos at mayroong mga magulang na salungat sa akin, na nagdadala ng mga bata sa ibang lakad tuwing Linggo, at gumagawa ng lahat ng kanilang makakaya upang sirain ang aking pinagsisikapan—iniisip ko dati na kung sakali mang ako'y haharap sa mga tagapakinig, makikipag-usap lamang ako sa mga magulang. Iyan ang magiging pangunahing layunin ko. Ito ay isang lumang kasabihan, "Kung makuha mo ang kordero, makukuha mo rin ang mga tupa." Tinalikuran ko na ang teoryang iyan ilang taon na ang nakararaan. Ibigay mo sa akin ang tupa, at aatasan ko ang isang tao na alagaan ang kordero. Kung napagbalik-loob mo ang isang munting tupa, at ang kanyang mga magulang ay hindi naniniwala sa Diyos, maliit ang magiging pag-asa mo sa bata. Nais natin ng mga tahanang may takot sa Diyos. Ang tahanan ay itinatag bago pa ang iglesia.

Dahil dito, lubos akong salungat sa ideyang kailangang lumaki muna ang ating mga anak bago sila maipanganak muli. Minsan, nakita ko ang isang babae kasama ang kanyang tatlong anak na babae. Lumapit ako sa kanya at tinanong kung siya'y Cristiano.

"Opo, ginoo."

Pagkatapos ay tinanong ko ang panganay na anak kung siya'y Cristiano. Nanginginig ang kanyang baba at tumulo ang luha mula sa kanyang mga mata. Sinabi niya, "Kung sana'y Cristiano nga ako."

Nagalit sa akin ang ina at sinabi, "Hindi ko nais na kausapin mo ang aking mga anak tungkol sa bagay na iyan. Hindi pa nila nauunawaan." At sa matinding galit, mabilis siyang umalis kasama ang kanyang mga anak na babae. Ang isa sa mga anak na babae ay labing-apat na taong gulang, ang isa ay labindalawang taong gulang, at ang isa pa ay sampung taong gulang. Akala ng kanilang ina ay hindi pa husto ang kanilang gulang upang makausap tungkol sa kanilang kaligtasan.

Hayaan mo silang maligaw sa sanglibutan at mabuhay sa mga kalayawan ng sanglibutan at makikita mo kung gaano kahirap silang maabot kalaunan. Maraming mga anak na lalaki ang hindi na maabot ng kanilang mga ina. Hindi nila pinahihintulutan ang kanilang mga ina na manalangin kasama nila. Maaari siyang manalangin *para* sa kanila, ngunit hindi nila siya pahihintulutang manalangin o makipag-usap *kasama* sila. Nang ang kanilang mga isipan ay malambot at bata pa, maaari sana silang maihatid kay Cristo. Ihatid sila kay Cristo. *Pabayaan ninyo ang maliliit na bata, at huwag ninyong pagbawalan silang magsilapit sa akin: sapagka't sa mga ganito ang kaharian ng langit* (Mateo 19:14). Mayroon bang isang amang hindi dumudulog sa Diyos ang nagbabasa nito? Sana'y manuot ang Diyos sa iyong kaluluwa. Pagpasyahan mo na sa tulong ng Diyos, magagawa mong maipasok ang iyong mga anak sa arko. Ang utos ng Diyos ay unang inatas sa ama, ngunit kung hindi niya tatanggapin ang kanyang responsibilidad, ang ina ang dapat kumilos at iligtas ang mga anak mula sa pagkakalugmok. Ngayon ang tamang panahon upang seryosohin ang tungkulin, habang sila'y nasa ilalim ng inyong pangangalaga. Gamitin mo ang impluwensiyang ibinigay sa iyo ng Diyos sa kanila.

Naiisip ko ang dalawang ama, ang isa ay nakatira sa baybayin ng Mississippi, at ang isa naman ay nakatira sa New York. Ang unang ama ay naglaan ng lahat ng kanyang panahon sa pagtipon ng kayamanan. Mayroon siyang anak na lalaki na napakalapit sa kanya. Isang araw, dinala sa bahay ang batang lalaki na malubhang nasugatan. Ipinaalam sa ama na hindi na tatagal pa ang buhay ng batang lalaki. Ibinahagi niya ang masamang balita sa kanyang anak na lalaki sa pinakamaingat na paraang kaya niya.

"Sinasabi ninyo na hindi na magtatagal ang aking buhay, Ama? Kung gayon, ipanalangin n'yo po ang aking kaluluwa," ang sabi ng batang lalaki.

Hindi pa kailanman nanalangin ang ama para sa kanyang anak na lalaki at sinabi niya rito na hindi niya iyon magagawa. Hindi nagtagal, namatay ang batang lalaki. Mula noon, sinasabi ng ama na ibibigay niya ang lahat ng kanyang pag-aari kung magagawa lamang niyang ibalik ang buhay ng kanyang anak para makapagbigay ng maikling panalangin para dito.

Ang isa pang ama ay mayroong anak na lalaki na matagal nang may karamdaman. Umuwi siya isang araw at natagpuan ang kanyang asawa na naghihinag-pis. Sinabi ng asawa, "Hindi ko maiwasang isipin na ito ay magiging sanhi ng kanyang kamatayan."

Sinabi ng lalaki, "Kung gayon ang naiisip mo, maaari bang ikaw na ang magsabi sa kanya?"

Ngunit hindi iyon kayang sabihin ng ina sa kanyang anak na lalaki. Pumunta ang ama sa kuwarto ng may-sakit at nakita niya na malapit na ang kamatayan. Sinabi niya, "Anak ko, alam mo bang hindi ka na magtatagal?"

Tumingin ang batang lalaki sa kanya at sinabi, "Hindi po. Kamatayan na po itong nararamdaman ko? Mamamatay na po ba ako ngayong araw?"

"Oo, anak ko. Hindi ka na aabot kinabukasan."

Ngumiti ang bata at sinabi, "Kung gayon, Ama, makakasama ko na si Jesus ngayong gabi, hindi ba?"

"Oo, makakasama mo ang Panginoon ngayong gabi." Napaiyak ang ama at humagulhol.

Nakita ng bata ang mga luha at sinabi, "Huwag kayong umiyak para sa akin. Tutungo ako kay Jesus at sasabihin ko sa Kanya na simula pa noong bata pa ako, lagi ninyo akong ipinagdarasal."

Mayroon akong tatlong anak. Kung sakaling naisin ng Diyos na kunin sila sa akin, mas nanaisin ko pa na dalhin nila ang ganoong mensahe sa Kanya kaysa mapasaakin ang kayamanan ng buong sanglibutan. Nananalangin ako sa Diyos na makapagbigay ako ng inspirasyon sa inyo, mga ama at ina, upang maakay ninyo ang inyong mga anak patungo sa arko.

Mga Kaloob na Biyaya

Magaral kayo sa akin; sapagka't ako'y
maamo at mapagpakumbabang puso.
(Mateo 11:29)

Pagpapakumbaba

Wala nang aral na mas mahirap matutunan kaysa sa aral ng kababaang-loob. Ito'y hindi itinuturo sa mga paaralan ng tao, kundi sa paaralan lamang ni Cristo. Ito'y isa sa pinakapambihirang mga kaloob. Madalang nating masumpungan ang isang lalaki o babae na malapit nang sumunod sa mga yapak ng Panginoon sa kaamuan at kababaang-loob. Naniniwala akong ito ang pinakamahirap na aral na itinuro ni Jesucristo sa kanyang mga alagad noong Siya'y nandito sa lupa. Noong una, tila hindi Siya nagtagumpay sa pagtuturo nito sa kanyang labindalawang alagad na halos lagi Niyang kasama sa loob ng tatlong taon.

Naniniwala ako na kung sapat ang ating

kababaang-loob, makakamit natin ang isang malaking pagpapala. At naniniwala ako na ang pagpapalang ito ay higit na nakasalalay sa atin kaysa sa Panginoon. Siya ay laging handang magbigay ng pagpapala at ipagkaloob ito nang walang kapalit, ngunit hindi tayo palaging nasa posisyon upang tumanggap nito. Palagi niyang pinagpapala ang mapagpakumbaba. Kung magagawa nating lumuhod sa harap Niya, hindi tayo magsisisi. Sapagka't pinili ni Maria sa paanan ni Jesus ang *magaling na bahagi* (Lucas 10:42).

Napansin mo ba ang dahilan na ibinigay ni Cristo para matuto sa Kanya? Maaari Niyang sabihin, "Kilalanin ninyo ako, sapagkat ako ang pinakamahusay na nag-iisip sa panahong ito. Nagsagawa ako ng mga himala na hindi nagawa ng ibang tao. Ipinamalas ko ang aking kamanghamanghang kapangyarihan sa libo-libong paraan." Ngunit hindi, ang dahilang ibinigay Niya ay dahil sa Siya'y *maamo at mapagpakumbabang puso* (Mateo 11:29).

Nababasa natin sa Banal na Kasulatan ang tungkol sa tatlong tao na ang kanilang mga mukha'y nagliwanag. Kilala ang tatlong ito sa kanilang kaamuan at kababaang-loob. Sinabi sa atin na ang mukha ni Cristo ay nagliwanag sa Kanyang pagbabagong-anyo. Matapos ang pananatili ni Moises sa bundok sa loob ng apatnapung araw, bumaba siya na may mukhang nagliwanag dahil sa kanyang pakikipag-usap sa Diyos. At nang si Esteban ay tumayo sa harap ng Sanhedrin sa araw ng kanyang kamatayan, ang kanyang mukha ay nagniningning tulad ng mukha ng isang anghel. Kung nais nating magliwanag ang ating mga mukha, kailangan nating pumunta sa lambak ng pagpapakababa at magpakalugmok sa harap ng Diyos.

Sinabi ni Bunyan na mahirap bumaba sa lambak ng pagpapakababa. Matarik at mabato ang daraanan sa pagbaba. Ngunit napakamabunga, napakayaman, at napakaganda kapag nakarating na tayo roon. Sa tingin ko'y walang sinuman ang sasalungat tungkol dito. Halos lahat ng tao, maging ang mga di-makadiyos, ay humahanga sa kaamuan.

May nagtanong kay Agustin kung ano ang pinakamahalagang katangian ng isang Cristiano. Sinabi niya, "Kababaang-loob." Tinanong nila siya kung ano ang pangalawa, at sumagot siya, "Kababaang-loob." Tinanong nila siya ng pangatlo, at sinabi niya, "Kababaang-loob." Naniniwala ako na kung tayo'y may kababaang-loob, nasa ating lahat ang pagpapala.

Ilang taon na ang nakalilipas, nakita ko ang tinatawag na maselang halaman. Nagkataong nahingahan ko ito, at biglang lumungayngay ang ulo nito. Hinawakan ko ito, at ito'y nalanta. Ang kababaang-loob ay maselan tulad nito. Hindi ito maaaring ligtas na ilabas sa isang eksibisyon. Ang taong labis na pinupuri ang sarili at naniniwala na siya'y mababa ang loob at lumalakad malapit sa Panginoon ay nagpapakaligaw sa sarili. Ang kababaang-loob ay hindi sa pag-iisip natin na mababa ang ating sarili kundi sa hindi pag-iisip tungkol sa ating sarili. Hindi inaasahan ni Moises na lumiwanag ang kanyang mukha. Kung ang kababaang-loob ay nagsasalita para sa sarili, ito'y maglalaho.

Sinabi ng isang tao na ang damo ay isang paglalarawan ng kalidad ng kababaang-loob. Ito'y nilikha para sa pinakamababang paglilingkod. Putulin ito, at muli itong sisibol. Ang mga alagang hayop ay kumakain nito, ngunit tingnan kung gaano ito kaganda.

Ang ulan ay bumabagsak sa mga kabundukan, at kadalasan ay natutuyot doon at hindi namumunga, dahil ang tubig ay dumadaloy pababa sa mga lambak at patag na lugar at sa ibaba nagiging luntian at masagana ang lupa. Kung ang isang tao'y mapagmalaki at nagmamataas, ang mga ilog ng biyaya ay maaaring dumaloy sa kanya ngunit iiwanan siya na tuyot at hindi nagbubunga. Ngunit nagdadala ito ng pagpapala sa taong pinababa ng biyaya ng Diyos.

Maaaring tularan ng isang tao ang pag-ibig, pananampalataya, pag-asa, at lahat ng iba pang mga biyaya. Ngunit napakahirap gayahin ang pagpapakumbaba. Madaling makita ang huwad o mapagkunwaring kababaang-loob.

May kasabihan sa Silangan na habang tumutubo ang mga damo at trigo, ipinapakita ng mga ito kung alin ang pinagpala ng Diyos. Ang mga tainga na pinagpala ng Diyos ay nagpapakumbaba at nagbibigay-pasasalamant para sa bawat butil. Mas mabunga sila, mas mababa ang pagkakayuko ng kanilang mga ulo. Ang mga damo na ipinadala ng Diyos bilang sumpa ay nagtataas ng kanilang mga ulo, mas mataas sa ibabaw ng trigo, ngunit ang tangi nilang bunga ay kasamaan.

Mayroon akong napakagandang puno ng peras sa aking bukid. Ito ay isa sa pinakamagandang puno sa aking mga ari-arian. Bawat sanga'y umaabot sa liwanag at nakatayo na parang kandila, ngunit wala akong bungang nakukuha rito. Mayroon akong isa pang puno na hitik na hitik sa bunga noong nakaraang taon kaya halos sumayad na sa lupa ang mga sanga nito. Kung tayo'y magpapakababa lamang, magiging kasangkapan ng Diyos ang bawat isa sa atin sa Kanyang kaluwalhatian.

Tulad ng ibong lumilipad ng pinakamataas at nagta-tayo ng kanyang pugad sa pinakaibaba. Tulad ng ibong umaawit nang napakatamis, umaawit sa lilim habang ang lahat ay nakahimlay. Tulad ng mga sangang hitik sa bunga, yumuyuko nang pinakamababa. At tulad ng barko na pinakamabigat ang tangan, pinakamalalim na lumulubog sa katubigan. Ang mga Cristianong hitik sa bunga ay ang pinakamababang-loob.

Ilang taon na ang nakalilipas, nagsalaysay ang *The London Times* tungkol sa isang petisyon na kumalat para humingi ng mga lagda. Panahon iyon ng malak-ing kasiglahan, at layunin ng petisyon na magkaroon ng malaking impluwensiya sa House of Lords. Ngunit may isang salita na nakalimutan. Sa halip na nakasulat, "Nagsusumamo kami nang may kababaang-loob," naka-sulat ito ng, "Nagsusumamo kami sa iyong harapan." Kaya't ito ay ibinasura. Kung nais nating humiling sa Diyos ng kalangitan, kailangan nating magpakumbaba. Kung tayo'y magpapakumbaba sa harap ng Panginoon, hindi tayo mabibigo.

Nang aralin ko ang buhay ng mga nabanggit sa Bibliya na nagpakita ng kababaang-loob, napagtibay ang aking paniniwala. Humihiling ako sa inyo na ipanalangin ako upang magkaroon ako ng kababaang-loob. Kapag iniha-hambing ko ang aking buhay sa buhay ng mga taong iyon, nasasabi ko, nakahihiya ang Cristianismo ng kasalukuyang panahon. Kung nais mong magkaroon ng mabuting ideya tungkol sa iyong sarili, tingnan mo ang ilan sa mga tao sa Bibliya na nabihisan ng kaamuan at kababaang-loob, at pansinin ang kaibahan sa pagitan ng kanilang posisyon at ng iyong posisyon sa harap ng Diyos at ng tao.

Isa sa pinakamaamomg tao sa kasaysayan ay si Juan Bautista. Naalala ninyo ba nang tinanong siya kung siya ba'y si Elias, o kaya'y ang propeta na iyon, o ang isa pang propeta?

Sinabi niya, "Hindi."

Maaari siyang magbigay ng mga papuri sa kanyang sarili. Maaari niyang sabihing, "Ako ay anak ng matandang saserdote na si Zacharias. Hindi ba ninyo narinig ang aking kabantugan bilang isang mangangaral? Marahil ay nakapagbinyag ako ng mas maraming tao kaysa sa kahit na sinong nabubuhay na tao. Hindi pa nakakikita ng isang mangangaral na tulad ko ang sanglibutan."

Sa totoo lang ay naniniwala ako na *sa kasalukuyan*, karamihan sa mga taong nasa kanyang posisyon ay gagawin iyon. Kailan lang, narinig ko ang isang lalaking nagkukuwento nang napakalakas sa tren na halos marinig siya ng lahat ng mga tao sa loob ng bagon. Ang sabi niya ay nakapagbinyag siya ng mas maraming tao kaysa sa kahit na sinong lalaki sa kanyang pananampalataya. Ipinagmamalaki niya kung ilang libo-libong milya ang kanyang nilakbay, kung gaano karaming mga sermon ang kanyang ipinangaral, at kung gaano karaming mga pangangaral sa labas ang kanyang ginawa. Tuloy-tuloy lang siya hanggang sa sobra akong nahiya para sa kanya at itinago ko ang aking mukha. Ito ay panahon ng kahambugan at pagmamataas. Ito ang panahon ng dakilang "Ako."

Kamakailan lamang ay napagtanto ko na sa lahat ng mga Awit ay hindi nagbanggit si David ng kanyang tagumpay laban sa higanteng si Goliath. Kung nabubuhay pa si David ngayon, malamang ay mayroon nang isang buong aklat na isinulat tungkol sa kanyang tagumpay. Sigurado ako na maraming mga tula ang magsasalaysay ng kanyang mga kahanga-hangang nagawa. Magiging isa siyang kilalang tagapagsalita, at magkakaroon ng karangalan na nakakabit sa kanyang pangalan, tulad ng G.G.K. para sa "Great Giant Killer" o Dakilang Pumaslang sa Higante. Ganito ang kalakaran ngayon. Mayroon tayong mga dakilang ebanghelista, mahuhusay na mga mangangaral, mga dalubhasang teologo, at mga dakilang obispo.

"Juan," tanong nila, "sino ka?"

"Ako'y walang kabuluhan. Dapat akong marinig at hindi makita. Ako'y isang tinig lamang."

Walang siyang sinabi tungkol sa kanyang sarili.

Isang beses ay narinig ko ang isang munting ibon na mahinang umaawit malapit sa akin, pero nang ito'y lumayo at hindi ko na nakikita, ang awit nito'y mas tumamis. Habang tumataas sa himpapawid, lalong tumatamis ang awit nito. Kung magagawa lamang nating ilayo ang sarili sa ating paningin at matuto sa Kanya na may mapagpakumbabang puso. Maitataas tayo sa mga dakong langit.

Sinabi sa atin ni Marcos na si Juan ay dumating at nangaral, *Sumusunod sa hulihan ko ang lalong makapangyarihan kay sa akin; hindi ako karapatdapat yumukod at kumalag ng tali ng kaniyang mga panyapak* (Marcos 1:7). Pag-isipan ito. Tandaan na si Cristo ay itinuring na isang manlilinlang at isang karpintero ng baryo. Ngunit narito si Juan, ang anak ng isang matandang saserdote. Sa paningin ng mga tao, si Juan ay may mas mataas na posisyon kaysa kay Jesus. Maraming tao ang dumarating upang pakinggan siya, at maging si Herodes ay narinig na siyang magsalita.

Nang dumating ang mga alagad niya at sinabi kay Juan na si Cristo ay nagsisimula nang pakinggan ng maraming tao, tumugon siya nang may kababaang-loob. *Sumagot si Juan at sinabi, Hindi makatatanggap ng anoman ang isang tao, malibang ito'y ipinagkaloob sa kaniya mula sa langit. Kayo man ay magsisisaksi sa akin, na aking sinabi, Hindi ako ang Cristo, kundi, na ako'y sinugo sa unahan niya. Ang nagtatangkilik sa kasintahang babae ay ang kasintahang lalake: datapuwa't ang kaibigan ng kasintahang lalake, na nakatayo at nakikinig sa kaniya, ay nagagalak na lubos dahil sa tinig ng kasintahang lalake. Ito ngang aking kaligayahan ay naganap. Siya'y kinakailangang dumakila, nguni't ako'y kinakailangang bumaba* (Juan 3:27-30).

Madali itong basahin, ngunit mahirap para sa atin na mabuhay sa kapangyarihan nito. Mahirap para sa atin ang maghandang maging mababa, ang lumiit nang lumiit, upang dumakila si Cristo. Ang tala sa umaga ay kumukupas kapag sumikat na ang araw.

> *Ang nanggagaling sa itaas ay sumasaiba-baw ng lahat: ang galing sa lupa ay taga lupa nga, at ang ukol sa lupa ang sinasalita niya. Ang nanggagaling sa langit ay suma-saibabaw ng lahat. At Kaniyang nakita at narinig, ay Siyang pinatototohanan niya; at walang taong tumatanggap ng Kaniyang patotoo. Ang tumatanggap ng kaniyang patotoo ay naglagay dito ng kaniyang*

> *tatak, na ang Dios ay totoo. Sapagka't ang*
> *sinugo ng Dios ay nagsasalita ng mga salita*
> *ng Dios: sapagka't hindi niya ibinibigay*
> *ang Espiritu sa pamamagitan ng sukat.*
> (Juan 3:31-34)

Ngayon, tingnan natin nang mabuti ang ating sarili. Nababawasan na ba tayo? Hindi na ba natin masyadong iniisip ang ating sarili at ating posisyon kumpara noong nakaraang taon? Naghahanap ba tayo ng posisyon na may karangalan? Gusto ba nating manatili sa isang titulong mayroon tayo, at nagagalit ba tayo kapag hindi tayo pinaglalaanan ng respeto na sa palagay natin ay nararapat sa atin? Kailan lang, narinig ko ang isang lalaki sa pulpito na nagsabing dapat siyang magalit kung hindi siya tatawagin sa kanyang titulo. Ganito rin ba ang iyong paniniwalaan? Naniniwala ka ba na kailangan mong magkaroon ng titulo at dapat kang tawagin gamit ang titulong iyon o magalit kung hindi? Hindi nais ni Juan ang *anumang* papuri. Kung tayo'y nasasa Diyos, hindi natin iisipin ang mga papuri. Sa simula ng kanyang ministeryo, tinawag ni Pablo ang sarili na *ang pinakamaliit sa mga apostol* (1 Mga Taga-Corinto 15:9). Kalaunan ay inangkin niyang siya *ang kababababaan sa lahat ng lalong mababa sa mga banal* (Mga Taga-Efeso 3:8). Muli, bago ang kanyang kamatayan, mapagpakumbaba niyang ipinahayag na siya ang pangulo ng mga makasalanan (1 Timoteo 1:15). Pansinin kung paanong tila patuloy ang pagbaba ng kanyang pagtingin sa kanyang sarili. Katulad din ito kay Juan. Ito sana ang nais at panalagin ko na habang tumatagal, magnanais tayong ibaba ang ating sarili upang Siya'y dumakila, at hayaang mapunta sa Diyos ang lahat ng karangalan at kaluwalhatian.

Sinabi ni Andrew Murray, "Kapag tinitingnan ko ang aking sariling karanasan sa relihiyon, o tumitingin sa Iglesia ni Cristo sa sanglibutan, namamangha ako sa pag-iisip kung gaano kaliit ang paghahanap sa kababaang-loob bilang isang natatanging katangian ng pagiging alagad ni Jesus. Sa pangangaral at pamumuhay, sa pang-araw-araw na pakikipag-ugnayan sa tahanan at buhay-panlipunan, sa mas espesyal na pakikipagkaisa sa mga Cristiano, sa pagtuturo at pagganap ng gawain para kay Cristo. May masaganang katibayan na ang kababaang-loob ay hindi itinuturing na pangunahing kabanalan, ang tanging ugat kung saan lumalago ang mga biyaya, ang tanging hindi maiiwasang kondisyon ng tunay na pakikisama kay Jesus."

Tingnan mo kung ano ang sinasabi ni Cristo tungkol kay Juan. *Siya ang sulong nagniningas at lumiliwanag* (Juan 5:35). Ipinagkaloob ni Cristo ang karangalang nararapat sa kanya. Kung ikaw ay magpapakababa, makikita ito ni Cristo. Kung nais mong tulungan ka ng Diyos, kumuha ng mababang katungkulan.

Nangangamba ako na kung tayo'y nasa kalagayan ni Juan, marami sa atin ang magsasabi, "Ano ang sinabi ni Cristo? Ako'y nagniningas at nagliliwanag?" Pagkatapos ay ilalagay natin ang pagkilalang iyon sa pahayagan at ipadadala sa ating mga kaibigan ang mga kopyang minarkahan sa parteng iyon. Minsan, nakatatanggap ako ng isang sobre na puno ng mga ginupit na bahagi mula sa mga pahayagan, mula sa isang lalaki na nagsasabi kung gaano siya kahusay. Nais ng lalaki na malaanan ko siya ng isang simbahan. Sa palagay mo ba, ang isang tao na may gayong mahusay na pagsasalita ay naghahanap ng isang simbahan? Hindi, siya ang hahanapin ng lahat.

Hindi ba't nakahihiya iyon? Minsan sa palagay ko'y kamangha-mangha na ang sinumang tao'y nagbabalik-loob sa panahong ito. Hayaan ang iba na papurihan ka. Huwag purihin ang iyong sarili. Kung nais nating dakilain tayo ng Diyos, magpakababa tayo. Mas nag-papakababa tayo, mas dadakilain tayo ng Diyos. Ito ang pagpupugay ni Cristo kay Juan: *Sa gitna ng mga ipinanganganak ng mga babae ay walang lumitaw na isang dakila kay sa kay Juan Bautista* (Mateo 11:11).

May isang kuwento tungkol kay William Carey, ang dakilang misyonero, nang siya'y inanyayahan ng gobernador-heneral ng India na dumalo sa isang hapunan. Dumalo ang ilang mga opisyal ng militar na kabilang sa aristokrasya at kung tumingin ng mababa sa mga misyonero ay may panunuya at paghamak.

Sinabi ng isa sa mga opisyal na iyon sa mesa, "Sa pagkakaalam ko ay manggagawa ng sapatos si Carey, hindi ba, bago niya sinimulan ang propesyon ng pagig-ing misyonero?"

Nagsalita si Ginoong Carey at sinabi, "Naku, hindi, tagakumpuni lang ako. Kaya ko lang magkumpuni ng mga sapatos." Hindi niya ito ikinahihiya.

Ang isang kilalang banal na katangian ni Cristo, kasunod ng Kanyang pagtalima, ay ang Kanyang kababaang-loob. At maging ang Kanyang pagtalima ay nabuo mula sa Kanyang kababaang-loob. *Na siya, bagama't nasa anyong Dios, ay hindi niya inaring isang bagay na nararapat panangnan ang pagkapantay niya sa Dios, kundi bagkus hinubad Niya ito, at naganyong alipin, na nakitulad sa mga tao. At palibhasa'y nasumpungan sa anyong tao, siya'y nagpakababa sa kaniyang sarili, na nagmasunurin hanggang sa kamatayan, oo, sa kamatayan sa krus* (Mga Taga-Filipos 2:6-8). Sa Kanyang mababang kapanganakan, pagsunod sa Kanyang mga magulang sa lupa, Kanyang pagkakubli sa loob ng tatlumpung taon, Kanyang pakikipag-ugnayan sa mga mahihirap at hinamak, at Kanyang buong pagpapasailalim at pagtitiwala sa Kanyang Ama, lumilitaw ang kababaang-loob na nagbigay-katuparan sa Kanyang kamatayan sa krus.

Isang araw, si Jesus ay papunta sa Capernaum at nagsalita tungkol sa kanyang darating na kamatayan, paghihirap, at tungkol sa Kanyang pagkabuhay muli. Narinig niya ang isang mainit na talakayan na nagaganap sa likuran niya. Nang pumasok Siya sa bahay sa Capernaum, lumingon Siya sa Kanyang mga alagad at sinabi, "Tungkol saan ba ang pinag-uusapan ninyo?"

Nakikinita ko si Juan na sumusulyap kay Santiago, at si Pedro kay Andres, at sila'y pawang nahihiya. "Sino ang magiging dakila?" Ang gayong pag-uusap ay winasak ang maraming pangkat at maraming lipunan.

Upang turuan sila ng kapakumbabaan, inilagay ni Cristo ang isang maliit na bata sa gitna nila at sinabi, *Ang sinomang tumanggap sa maliit na batang ito sa pangalan ko, ay ako ang tinatanggap: at ang sinomang tumanggap sa akin, ay tinatanggap ang nagsugo sa akin: sapagka't ang pinaka maliit sa inyong lahat, ay siyang dakila* (Lucas 9:48).

Para sa akin, isa sa pinakanakalulungkot na pang-yayari sa buhay ni Jesucristo ay ang katotohanang bago Siya ipako sa krus, nagtatalo ang kanyang mga alagad tungkol sa kung sino ang pinakadakila. Noong gabi ring iyon, pinamunuan Niya ang Huling Hapunan, at magkasama silang kumain para sa Paskua. Ito ang huli Niyang gabi sa sanglibutan. Hindi pa nila Siya nakita nang ganoon kalungkot dati. Alam Niya na ipagbibili Siya ni Judas para sa tatlumpung piraso ng pilak at na ikakaila Siya ni Pedro. At dagdag pa rito, habang papalapit sa mismong krus, may naganap na pag-aaway tungkol sa kung sino ang magiging pinaka-dakila. Kumuha Siya ng tuwalya at binigkis ang Sarili na parang alipin. Pagkatapos ay kumuha Siya ng isang palanggana ng tubig, yumuko, at hinugasan ang kanilang mga paa. Iyon ang isa pang halimbawa ng kababaang-loob. *Tinatawag ninyo akong Guro, at Panginoon: at mabuti ang inyong sinasabi; sapagka't ako nga. Kung ako nga, na Panginoon at Guro, ay naghugas ng inyong mga paa, kayo naman ay nararapat ding mangaghugasan ng mga paa ng isa't isa* (Juan 13:13-14).

Nang dumating ang Espiritu Santo, napuspos ang mga taong ito. Kitang-kita ang pagkakaiba sa sandaling iyon. Si Mateo ay umupo at sumulat, at hindi binanggit ang sarili. Inilarawan niya kung ano ang ginawa nina Pedro at Andres, ngunit tinawag niya ang kanyang sarili na "ang publikano." Ikinuwento niya kung paano nila iniwan ang lahat upang sumunod kay Cristo, pero hindi niya binanggit ang salusalong kanyang ipinagkaloob.

Sinasabi ni Geronimo na ang ebanghelyo ni Marcos ay dapat ituring na mga alaala ni Pedro at nailimbag sa pamamagitan ng awtoridad ng huli. Gayunman, sa mga ito'y laging nababanggit ang mga bagay na nakasasama kay Pedro, at wala ang mga bagay na nagpapakita ng kabutihan nito. Ang ebanghelyo ni Marcos ay hindi nagbanggit ng anuman sa pananampalataya ni Pedro sa paglalakbay sa dagat, ngunit nagdetalye ng tungkol sa mga pagkakamali nito at pagkakaila sa ating Panginoon. Ibinaba ni Pedro ang kanyang sarili at dinakila ang iba.

Kung isusulat ngayon ang ebanghelyo ni Lucas, ito ay lalagdaan ng dakilang si Dr. Lucas, at ang kanyang larawan ay makikita sa pabalat. Ngunit ni hindi mo mahahanap ang pangalan ni Lucas sa nasabing ebanghelyo. Itinago niya ang kanyang sarili. Sumulat siya ng dalawang aklat, at hindi makikita ang kanyang pangalan sa alinman.

Nagtago si Juan sa ilalim ng ekspresyong "ang alagad na minamahal ni Jesus." Walang isa man sa apat na lalaking kinikilala ng kasaysayan bilang may-akda ng mga Ebanghelyo ang umangkin sa kanilang pagiging may-akda. Sana ay magkaroon ako ng katulad na diwa, upang maitago ko ang sarili ko sa paningin ng iba.

Naniniwala ako na ang tanging pag-asa natin ay mapuspos ng Espiritu ni Cristo. Ang aking panalangin ay ang punuin tayo ng Diyos ng kaamuan at kababaang-loob. Yakapin natin ang awit na, "O, Para Maging Wala, Wala," at gawin itong wika ng ating mga puso. Inihihinga nito ang diwa Niya na nagsabing, *Hindi makagagawa ang Anak ng anoman sa kaniyang Sarili* (Juan 5:19).

O, para maging wala, wala!
    Humiga lamang sa Kanyang mga paa,
Isang durog at walang laman na sisidlan—
    Para magamit ng Panginoon ay maging handa!
Hungkag, upang kung sakali'y punuin Niya
    Sa paglilingkod sa Kanya, ako ay pupunta;
Binasag upang walang sagabal
    Ang kaniyang buhay sa akin ay dumaloy.

Isang ginoo ang lumapit sa akin isang beses at nagtanong kung aling pangako ni Cristo ang sa tingin ko ay pinakamahalaga. Naglaan ako ng oras upang suriin ang mga iyon, ngunit huminto rin ako. Hindi ko masagot ang kanyang tanong. Ang pagpili ay tulad ng sa isang lalaki na maraming anak. Hindi niya masabi kung sino sa mga anak niya ang pinakagusto niya dahil mahal niya silang lahat. Ngunit kahit hindi ito ang pinaka nang pinaka, ito ang isa sa pinakamatamis na pangako. *Magsiparito sa Akin, kayong lahat na nangapapagal at nangabibigatang lubha, at kayo'y Aking papagpapahingahin. Pasanin ninyo ang Aking pamatok, at magaral kayo sa Akin; sapagka't Ako'y maamo at mapagpakumbabang puso: at masusumpungan ninyo ang kapahingahan ng inyong mga kaluluwa. Sapagka't malambot ang aking pamatok, at magaan ang aking pasan* (Mateo 11:28-30)

Maraming tao ang nag-iisip na hindi matutupad ang mga pangako. May ilan tayong nakitang natupad na kaya hindi natin maiwasang maniwala na totoo ang mga ito. Mahalagang tandaan na ang lahat ng mga pangako ay hindi ibinibigay nang walang mga kondisyon. May mga pangako na mayroong mga kondisyon, at mayroon din naman na walang mga kondisyon. Halimbawa, sinasabi, *Kung pinakundanganan ko ang kasamaan sa aking puso, hindi ako didinggin ng PANGINOON* (Mga Awit 66:18). Hindi ko na kailangang alalahanin pa ang tungkol sa panalangin habang pinahahalaga-han ko ang ilang bistadong kasalanan. Hindi Niya ako maririnig, at lalong hindi ako sasagutin.

Sapagka't ang PANGINOONG Dios ay araw at kala-sag: ang PANGINOO'Y magbibigay ng biyaya at kaluw-alhatian: hindi Siya magkakait ng anomang mabuting bagay sa nagsisilakad ng matuwid (Mga Awit 84:11). Wala akong karapatan sa pangako na iyon maliban kung ako'y maglakad nang matuwid.

Ang ilan sa mga pangako ay ginawa para sa mga tiyak na indibidwal o bansa. Halimbawa, ipinangako ng Diyos kay Abraham na palalaguin Niya ang lahi nito tulad ng mga bituin sa langit. Ito'y hindi pangako para sa iyo o sa akin. Ang iba pang pangako ay ginawa para sa mga Judio at hindi para sa mga Gentil.

Pagkatapos ay mayroon ding mga pangakong walang kalakip na kondisyon. Ipinangako ng Diyos kay Adan at Eva na magpapadala Siya ng Tagapagligtas. Walang kapangyarihang makapipigil sa pagdating ni Cristo sa itinakdang panahon. Nang lumisan si Cristo sa sangli-ibutan, ipinangako Niya na ipadadala Niya sa atin ang Espiritu Santo. Sampung araw pa lang Siyang nawala nang dumating ang Espiritu Santo. Kaya maaari mong basahing mabuti ang Banal na Kasulatan at makikita mo na may mga pangako na mayroong kondisyon at mayroon ding walang kalakip na kondisyon. At kung hindi tayo susunod sa mga kondisyon, hindi tayo maaaring umasang matutupad ang mga pangako.

Sa huli, naniniwala ako na lahat ng tao sa sanglibutan ay mapipilitang magpatotoo na kapag sumunod sila sa mga kondisyon, lubos na tutuparin ng Panginoon ang mga nasusulat sa Banal na Kasulatan. Si Joshua, ang matandang bayani ng mga Hebreo, ay nagsilbing halimbawa. Sinubok niya ang Diyos ng apatnapung taon sa mga lansangan ng Egipto, apatnapung taon sa ilang, at tatlumpung taon sa Lupang Pangako. Sa lahat ng iyon, ang patotoo niya nang siya'y namatay ay *walang bagay na nagkulang sa lahat na mga mabuting bagay na sinalita ng PANGINOON ninyong Dios tungkol sa inyo; lahat ay nangyari sa inyo, wala kahit isang bagay na nagkulang* (Josue 23:14). Naniniwala akong mas madali pang hawiin ang karagatan kaysa sirain ang isa sa mga pangako ng Diyos. Kaya kapag dumating tayo sa isang pangako tulad ng pinag-uusapan natin ngayon, hindi natin ito madaling mababalewala. *Magsiparito sa Akin, kayong lahat na nangapapagal at nangabibigatang lubha, at Kayo'y aking papagpapahingahin* (Mateo 11:28).

Maaaring isipin mong walang bagong matututunan mula sa pamilyar na talatang ito. Kapag kumuha ako ng album ng mga litrato, hindi ko pinapansin kung bago ang mga litrato kundi kung kilala ko ang mga mukha. Ganito rin sa mga luma at kilalang tekstong ito. Napawi ng mga ito ang uhaw natin noon, pero bumubukal pa rin ang tubig at hindi ito mauubos na inumin.

Kung susuriin mo ang puso ng tao, makatatagpo ka ng isang kagustuhan. Ang kagustuhang iyon ay kapahingahan. Ang sigaw ng sanglibutan ngayon ay,

"Saan makahahanap ng kapahingahan?" Naglalaan ng maraming oras, enerhiya, at salapi ang lipunan sa mga pasyalan. Ano ang dahilan sa likod ng pagmamaneho at pagpunta sa mga bar at restawran tuwing Linggo? Iniisip ng iba na hinahangad nila ang mga bagay na ito para sa kasiyahan, ang iba naman ay nag-aakalang makahahanap ng kapahingahan sa kayamanan, at ang iba sa panitikan. Taimtim silang naghahanap ng kapahingahan ngunit hindi nila ito matagpuan.

Saan Makahahanap ng Kapahingahan?

Kung nais kong maghanap ng isang taong may kapahingahan, hindi ako pupunta sa mga napakayaman. Ang lalaking nabasa natin sa ika-labindalawang kabanata ng Lucas ay naisip na makahahanap siya ng kapahingahan sa pamamagitan ng pagpaparami ng kanyang ari-arian, ngunit nabigo siya. *At sasabihin ko sa aking kaluluwa, Kaluluwa, marami ka nang pag-aaring nakakamalig para sa maraming taon; magpahingalay ka, kumain ka, uminom ka, matuwa ka* (Lucas 12:19). Masasabi kong walang sinumang tao sa malawak na sanglibutang ito ang nakahanap ng kapahingahan sa paraang ito.

Hindi ito mabibili ng salapi. Maraming milyonaryo ang masayang magbabayad ng milyon-milyon kung mabibili nila ito tulad ng sa stocks at shares. Masyadong malaki ang kaluluwa ng tao na ginawa ng Diyos para sa mundong ito. Maaari nating mapasakamay ang buong mundo, ngunit may kulang pa rin. Masyadong maraming kailangan sa pagkakamit ng kayamanan at mas marami pa sa pag-iingat nito.

Hindi ko rin hahanapin ang kapahingahan sa mga taong naghahanap ng kasiyahan. Nagsasaya sila nang ilang oras sa isang araw. Pagkatapos kinabukasan ay may sapat silang kalungkutan upang bawiin ang kaligayahan. Maaari nilang inumin ang tasa ng kaligayahan ngayon, ngunit darating ang tasa ng hinagpis kinabukasan.

Hinding-hindi ako pupunta sa mga pulitiko o sa mga nagpapanggap na mahalaga upang makahanap ng kapahingahan. Ang Kongreso ang huling lugar sa mundo na pupuntahan ko. Sa Mababang Kapulungan, nais nilang pumunta sa Senado. Sa Senado, nais nilang pumunta sa Gabinete. Pagkatapos, nais nilang pumunta sa White House. Kailanman ay hindi nakitaan ng kapahingahan *doon.*

Hindi rin ako pupunta sa mga paaralan. *Ang paggawa ng maraming aklat ay walang wakas at ang maraming pagaaral ay kapaguran ng katawan* (Ang Mangangaral 12:12). Hindi ako pupunta sa mga nasa alta sociedad dahil patuloy silang naghahabol sa uso. Napansin mo ba ang kanilang mga nababagabag na mukha sa harap ng publiko? At ang mukha ang bintana ng kaluluwa. Walang makikitang pag-asa sa kanilang hitsura. Ang pagsamba nila sa kasiyahan ay pagkaalipin. Sumubok si Solomon sa kasiyahan at nakatagpo ng mapait na kabiguan. Sa huli ay ang mapait na panangis, *Lahat ay walang kabuluhan* (Ang Mangangaral 1:2).

Walang kapahingahan sa kasalanan. Wala ito sa kaalaman ng masasama. Sinasabi sa atin ng Banal na Kasulatan *Nguni't ang masama ay parang maunos na dagat; sapagka't hindi maaring humusay, at ang kaniyang tubig ay umaalimbukay ng burak at dumi* (Isaias 57:20). Marahil ay nakapunta ka na sa dagat nang tahimik ang panahon. Malinaw ang tubig na parang kristal, at tila ba nagpapahinga ang dagat. Ngunit kung masusi mong titingnan, makikita mo ang agos ng tubig sa ilalim at na ang katiningan ay nasa ibabaw lamang. Tulad ng dagat, ang tao ay walang kapahingahan. Hindi siya nakapagpapahinga mula nang magkasala si Adan. At hindi siya makahahanap ng kapahingahan hangga't hindi siya bumabalik sa Diyos, at ang ilaw ni Cristo ay nagliliwanag sa kanyang puso.

Ang kapahingahan ay hindi makakamit sa mundo, at salamat sa Diyos, hindi ito maaaring kunin ng mundo mula sa puso ng nananampalataya. Ang kasalanan ang dahilan ng lahat ng kabagabagan. Nagdadala ito ng pagpapagal, paghihirap, at pagdurusa sa sanglibutan.

Ngayon, isa namang positibong bagay. Para sa isang taong narinig ang matamis na tinig ni Jesus, at nagbaba ng kanyang pasanin sa krus, mayroong kapahingahan, matamis na kapahingahan. Libo-libo ang makapagpapatotoo sa mapagpalang katunayang ito. Maaari nilang makatotohanang sabihin:

> Narinig ko ang tinig ni Jesus,
>   "Lumapit ka at magpahinga;
> Humiga ka, ikaw na napapagod, humiga ka
>   Isandal mo ang iyong ulo sa aking dibdib."
> Lumapit ako kay Jesus sa kung ano ako,
>   Pagod, at pata at malungkot.
> Natagpuan ko sa Kanya ang lugar-pahingahan,
>   At ginawa Niyang ako'y maging masaya.[3]

Sa lahat ng kanyang mga isinulat, wala nang mas mata-mis pa sa sinabi ni San Agustin kundi ito: "Nilikha Mo kami para sa Iyo, O Diyos, at hindi mapapahinga ang aming puso hangga't hindi nakapapahinga sa Iyo."

Alam mo ba na sa loob ng apat na libong taon, walang propeta, saserdote, o patriyarkang tumayo at nagsalita ng tulad nito? Magiging kalapastanganan para kay Moises ang pagbibitiw ng mga salitang iyan. Sa palagay mo ba ay nagkaroon siya ng kapahingahan nang magalit sa kanya ang Panginoon? Sa palagay mo ba ay kayang sambitin ni Elias ang gayong teksto nang siya'y nanalangin na mamatay sa ilalim ng punong-kahoy na enebro?

Ito ay isa sa pinakamalakas na patunay na hindi lamang tao si Jesucristo kundi Diyos din. Siya ay Diyos-tao, at ito ay proklamasyon ng langit: *Halikayo sa akin, ... at bibigyan ko kayo ng kapahingahan.* Dinala Niya ito kasama Niya mula sa langit.

Ngayon, kung hindi totoo ang tekstong ito, hindi ba't nalaman na sana natin sa kasalukuyan? Naniniwala ako rito katulad ng paniniwala ko sa aking sariling pag-iral. Bakit? Dahil hindi ko lamang ito natagpuan sa Salita ng Diyos, ngunit maging sa aking sariling karanasan. Hindi pa nabibigo ang mga pangako ni Cristo, at hindi kailanman mabibigo.

Nagpapasalamat ako sa Diyos para sa salitang *bibigyan* sa talatang iyon. Hindi Niya ito ipinagbibili. Ang iba sa atin ay salat sa kayamanan at hindi natin ito mabibili kung ito'y ipagbibili. Salamat sa Diyos, matatanggap natin ito nang walang kapalit.

Gusto ko ang tekstong ito dahil may kinalaman ito sa lahat sa atin. *Magsiparito sa Akin, kayong lahat na nangapapagal at nangabibigatang lubha.* Hindi ito tumutukoy sa piling-pili lamang na mga binibini at mga taong may pinag-aralan. Hindi ito tumutukoy sa mabubuting tao lamang. Nauukol ito sa banal at makasalanan. Ang mga pagamutan ay para sa mga may karamdaman, hindi para sa malulusog na tao. Hindi isasara ni Cristo ang pinto sa mukha ng sinuman at sasabihin, "Hindi ko sinabing para sa *lahat.* Ang tinutukoy ko ay ilan lamang." Kung hindi ka makapupunta bilang isang banal, pumunta ka bilang isang makasalanan. Lumapit ka lamang.

Isang babae ang nagsabi sa akin minsan na napakatigas ng kanyang puso na hindi siya makalapit sa Diyos.

"Bueno," sabi ko, "hindi naman sinabi na dapat iyong mga taong may malambot na puso lang ang lumapit. Ang mga may maiitim na puso, masasama, matitigas, malalambot, lahat ng puso ay maaaring lumapit. Sino ang makapagpapalambot ng iyong matigas na puso kundi Siya?"

Mas matigas ang iyong puso, mas kailangan mong lumapit. Kung hihinto sa pag-ikot ang aking relo, hindi ko ito dadalhin sa botika o sa pandayan. Dadalhin ko ito sa tagagawa ng relo upang ipaayos ito. Kaya kung ang puso ay mawala sa kaayusan, dalhin ito sa kanyang tagapag-ingat na si Cristo upang maisaayos. Kung kaya mong patunayan na isa kang makasalanan, may karapatan ka sa pangako. Kunin mo ang lahat ng biyayang maaari mong makuha mula rito.

Maraming mananampalataya ang nag-aakala na ang tekstong ito ay para lamang sa mga makasalanan. Nararapat din ito sa kanila. Ano'ng nakikita natin ngayon? Ang iglesia, mga Cristiano, puno ng pasanin ng pag-aalala at suliranin. *Magsiparito sa Akin, kayong lahat na nangapapagal at nangabibigatang lubha.* Lahat! Naniniwala ako na kasama sa mga ito ang mga Cristianong ang puso ay mabigat sa ilang matinding pighati. Nais ng Panginoon na lumapit ka.

Si Cristo ang Tagapasan ng Pasanin

Kaya't kayo'y mangagpakababa sa ilalim ng makapangyarihang kamay ng Dios, upang kayo'y kaniyang itaas sa kapanahunan, na inyong ilagak sa kaniya ang lahat ng inyong kabalisahan, sapagka't kayo'y ipinagmamalasakit niya (1 Pedro 5:6-7). Ang iglesia ay magtatagumpay kung ang mga Cristiano ay mapagtatanto ito. Ngunit hindi nila ito natuklasan. Sumasang-ayon sila na si Cristo ay tagapasan ng kasalanan, ngunit hindi nila napagtatanto na Siya rin ay tagadala ng pasanin. *Tunay na kaniyang dinala ang ating mga karamdaman at dinala ang ating mga kapanglawan* (Isaias 53:4 KJV). Pribilehiyo ng bawat anak ng Diyos na lumakad sa maaliwalas na sikat ng araw.

May mga taong bumabalik sa nakaraan at inaalala ang lahat ng kanilang mga problema. Pagkatapos, tumitingin sila sa hinaharap at inaasahan na magkakaroon pa sila ng mas maraming problema. Atras-abante sila sa kanilang buong buhay.

Mayroon kang mararamdamang pagkaasiwa sa tuwing makikipag-ugnayan sa kanila. Sa nagrereklam-ong boses, sasabihin nila sa iyo kung gaano kahirap ang dinanas nila. Naniniwala ako na dala-dala nila ang kanilang mga problema sa kanilang bulsa at inilalabas ito bawat may pagkakataon.

Sinabi ng Panginoon, "Inyong ilagak sa Akin ang lahat ng inyong kabalisahan. Nais kong dalhin ang inyong mga pasanin at mga problema." Ang nais natin ay isang masayang iglesia, at hindi natin mapagbabalik-loob ang sanglibutan hangga't hindi natin ito nakakamit. Nais nating iwaksi ang malungkot na Cristianismo sa balat ng sanglibutan.

Pansinin ang mga taong nagdadala ng malaking pasanin sa isang pagpupulong. Kung mapananatili mo ang kanilang atensyon, sasabihin nila, "O, napakaganda! Nakalimutan ko ang lahat ng aking mga kabalisahan." Ito ay dahil iniwan nila ang kanilang pasanin sa dulo ng upuan. Ngunit sa sandaling bigkasin na ang bendisyon, kukunin nilang muli ang kanilang pasanin. Natatawa ka, ngunit ginagawa mo rin ito. Inyong ilagak sa Kanya ang lahat ng inyong kabalisahan.

Minsan, itong mga taong ito ay pumapasok sa kanilang silid at isinasara ang pinto. Nadadala sila at gumagaan sa panalangin na nakalilimot sila sa kanilang mga suliranin, ngunit sa sandaling tumayo na sila, papasanin nilang muli ang mga ito. Iwan mo na ang iyong kalungkutan ngayon. Ilagak ninyo sa Kanya ang lahat ng inyong kabalisahan. Kung hindi ka makapunta kay Cristo bilang isang banal, pumunta ka bilang isang makasalanan. Ngunit kung ikaw ay isang banal na may ilang suliranin o kabalisahan, dalhin mo ito sa Kanya. Banal at makasalanan, lumapit kayo. Ninanais Niya ang lahat. Huwag hayaan na malinlang ka ni Satanas sa paniniwalang hindi ka maaaring pumunta kahit ninanais mo. Sinabi ni Cristo, *At ayaw kayong magsilapit sa Akin* (Juan 5:40).

May isang lalaki sa isa sa aming mga pulong sa Europa na nagsabing gusto niyang pumunta kay Cristo, pero nakatali siya at hindi makalapit.

Sinabi ng isang taga-Scotland sa kanya, "Ay, ginoo, bakit hindi ka pumunta dala ang iyong kadena at nagbibigkis sa iyo?"

Sabi niya, "Hindi ko naisip iyan."

Galit ka ba at madaling mainis? Ginagawa mo bang hindi kaaya-aya ang mga bagay sa loob ng iyong tahanan? Lumapit ka kay Cristo at humingi ng tulong sa Kanya. Anuman ang iyong kasalanan, dalhin ito sa Kanya.

Ano ang Kahulugan ng Paglapit?

Sinabi ng mga tao, "Ginoong Moody, sana ay sabihin ninyo sa amin kung ano ang ibig sabihin ng paglapit." Sumuko na akong subukang ipaliwanag ito. Pakiramdam ko lagi ay tumitingin sa akin ang mga tao na tila bang nagsasalita ako ng ibang lengguwahe.

Ang pinakamahusay na kahulugan ay ang simpleng salita—lapit. Mas pinipilit mong ipaliwanag ito, mas lalong naguguluhan ang mga tao. Ang isa sa unang itinuturo ng isang ina sa kanyang anak ay ang tumingin. Dadalhin niya ang sanggol sa bintana at sasabihin, "Tingnan mo, parating na si Papa!"

Pagkatapos ay itinuturo niya sa bata ang paglapit. Inilalapag niya ang sanggol pasandal sa upuan at sinasabi, "Halika! Lapit!" Tiyak na itutulak ng maliit na sanggol ang upuan patungo sa kanyang ina. Iyan ang paglapit. Hindi mo kailangang mag-aral sa kolehiyo para matutunan kung paano ito. Hindi mo kailangan ng sinumang ministro para magsabi sa iyo kung ano ito. Lalapit ka ba kay Cristo? Sinabi niya, *Ang lumalapit sa Akin sa anomang paraan ay hindi ko itataboy* (Juan 6:37).

Dahil mayroon tayong pangako tulad nito, kumapit tayo rito at huwag itong isuko. Hindi tayo tinutuya ni Cristo. Nais Niya tayong lumapit dala ang lahat ng ating mga pagkakasala at mga pagkakamali, at sumubsob sa Kanyang mapagmahal na mga bisig. Hindi lamang luha ang nais ng Diyos mula sa atin. Nais Niya ang ating mga kasalanan. Hindi nakatutulong ang mga luha lamang. At hindi tayo makalalapit sa pamamagitan ng lakas ng loob lamang. Kinakailangan ng pagkilos. Ilang beses na ba nating sinabi sa iglesia, "Magsisimula ako ng panibagong buhay." Ngunit mas malala pa ang pagsisimula ng Lunes kaysa sa araw ng Sabado.

Ang daan tungo sa langit ay ang daan ng krus. Huwag mong subukang iwasan ito. Alam mo ba kung ano ang tinutukoy ng *pamatok* na nabanggit sa teksto ng Mateo 11? Ito ay ang krus na dapat pasanin ng mga Cristiano. Ang tanging paraan upang makahanap ng kapahingahan sa madilim na mundong ito ay sa pamamagitan ng pagtanggap sa krus ni Cristo. Hindi ko alam kung ano pa ang hinihingi nito sa iyong sitwasyon, bukod sa pagtanggap ng iyong mga tungkulin bilang Cristiano, pagtanggap kay Cristo, at pagsunod bilang isa sa Kanyang mga alagad.

Marahil ang karagdagan ay ang pagtatayo ng isang pampamilyang altar, pagsasabi sa isang walang pananampalatayang asawa na nagpasya kang maglingkod sa Diyos, o pagsasabi sa iyong mga magulang na nais mong maging Cristiano. Sundin ang kalooban ng Diyos, at magdudulot ito ng kaligayahan, kapayapaan, at kapahingahan. Ang landas ng pagtalima ay laging ang daan ng pagpapala.

Nangaral ako sa Chicago sa harap ng isang bulwagang puno ng mga kababaihan isang Linggo ng hapon. Pagkatapos ng pagtitipon, may isang babae na lumapit sa akin at nagsabing nais niyang tanggapin si Cristo. Pagkatapos ng kaunting pag-uusap ay umuwi na siya sa kanyang tahanan. Buong linggo ko siyang hinanap, ngunit hindi ko siya nakita hanggang sa sumunod na Linggo ng hapon. Dumating siya at umupo sa harap ko, at tila nawalan ng pinakamatalik niyang kaibigan. Tila binalot siya ng kasawian sa halip na magkaroon ng kagalakan sa Panginoon.

Pagkatapos ng pagtitipon, lumapit ako sa kanya at nagtanong kung ano ang bumabagabag sa kanya.

Sinabi niya, "O, Ginoong Moody, ito ang pinakamasamang linggo ng buhay ko."

Tinanong ko siya kung mayroon ba siyang nakaalitang tao na hindi niya mapatawad.

Sinabi niya, "Wala, sa abot ng aking kaalaman."

"Kung ganoon, sinabi mo ba sa iyong mga kaibigan ang tungkol sa pagkakatagpo sa Tagapagligtas?"

"Sa katunayan ay hindi ko ginawa. Sinubukan ko itong itago mula sa kanila buong linggo."

"Bueno," sabi ko, "iyon ang dahilan kung bakit wala kang kapayapaan."

Nais niyang kunin ang korona ngunit ayaw niya ng krus. Mga kaibigan, kinakailangan nating dumaan sa Kalbaryo. Kung sakaling magkakaroon ka ng kapahingahan, kailangan mo itong kunin sa paanan ng krus.

Sinabi niya, "Kung uuwi ako at sasabihin sa aking asawang walang paniniwala na natagpuan ko si Cristo, hindi ko alam kung ano ang gagawin niya. Baka palayasin niya ako."

Sinabi ko, "Kung mangyari iyon, umalis ka."

Siya'y lumisan at nangako na sasabihin niya ito sa kanyang asawa. Kitang-kita sa kanya ang kanyang pagkamahiyain at kaputlaan, ngunit hindi niya nais na magkaroon ng isa pang malungkot na linggo. Siya ay determinadong magkaroon ng kapayapaan.

Nang sumunod na gabi, nagbigay ako ng isang lektura para sa mga lalaki lamang. Sa bulwagan, mayroong walong libong lalaki at nag-iisang babae. Nang matapos ako at sinimulan ang bahagi ng pagtatanong-at-pagsagot, nakita ko ang babae kasama ang kanyang asawa. Ipinakilala ng babae ang kanyang asawa sa akin. Ito'y isang doktor at napakamaimpluwensiyang tao.

Sinabi ng babae, "Gusto niyang maging isang Cristiano."

Kinuha ko ang aking Bibliya at sinabi sa asawang lalaki ang lahat tungkol kay Cristo, at tinanggap niya ito. Nang matapos ang lahat, sinabi ko sa asawang babae, "Iba ang nangyari kaysa sa iyong inaasahan, hindi ba?"

"Oo," sagot niya. "Hindi ako kailanman nakaramdam ng ganitong takot sa buong buhay ko. Inaasahan ko na gagawa siya ng isang hindi kanais-nais na bagay, ngunit naging maayos ang lahat."

Sinunod niya ang daan ng Diyos at nabigyan ng kapahingahan.

Gusto kong sabihin sa mga kabataang babae, marahil mayroon kayong ama o ina na walang Diyos o iskeptikong kapatid na lalaki na sinisira ang kanyang buhay sa pamamagitan ng mga inuming nakalalasing. Marahil ay walang ibang makaaabot sa kanila kundi ikaw. Maraming beses na ang isang banal at dalisay na kabataang babae ay nagdala ng liwanag sa ilang madilim na tahanan. Maraming mga tahanan ang maaaring mabigyang-liwanag ng ebanghelyo kung ang mga ina at mga anak na babae ay sasambitin ang Salita.

Noong huling beses na kami ni Mr. Sankey ay nasa Edinburgh, isang ama, dalawang magkapatid na babae, at isang kapatid na lalaki ang araw-araw na nagbabasa ng aking sermon sa pahayagan at pinupuna ito. Galit na galit sila sa pag-iisip na nabibigyan ng inspirasyon ng ganitong uri ng pangangaral ang mga taga-Edinburgh. Isang araw, isa sa magkapatid na babae ang nagtungo sa bulwagan. Naisip niyang dumaan at tingnan kung anong uri ng tao ang nagpupunta roon.

Nagkataong naupo siya sa tabi ng isang babaeng maka-Diyos na nagsabi sa kanya, "Sana'y interesado ka sa gawaing ito."

Itinaas niya ang kanyang ulo at sinabi, "Hindi talaga ako interesado. Naiinis ako sa lahat ng nakita at narinig ko."

"Kung ganoon," sabi ng babae, "marahil ay nagpunta ka nang mayroong mga maling inaasahan."

"Oo, at hindi naalis ng pagpupulong na ito ang alinman sa mga iyon, kundi lalo pang napagtibay."

"Ako naman ay nakatatanggap ng maraming kabutihan mula rito."

"Wala akong nakikita rito para sa akin. Hindi ko maintindihan kung paano ito maaaring magustuhan ng isang taong may talino."

Sa madaling salita, nagawa ng babaeng makadiyos na papangakuin siyang bumalik. Nang matapos ang pagpupulong, medyo nabawasan ang kanyang mga maling kaisipan. Sumang-ayon siyang bumalik kinabukasan at dumalo ng tatlo o apat pang pagpupulong. Naging interesado siya. Wala siyang sinabi sa kanyang pamilya hanggang sa hindi na niya matiis. Sinabi niya sa kanila. Pinagtawanan siya ng kanyang pamilya at ginawang katuwaan.

Isang araw, magkasama ang magkapatid na babae at sinabi ng isa, "Ano ang nakukuha mo sa mga pagpupulong na iyon na wala ka pa dati?"

"Mayroon akong kapayapaan na hindi ko pa nararanasan noon. May kapayapaan ako sa Diyos, sa aking sarili, at sa buong sanglibutan." Patuloy niya, "Mayroon akong pagpipigil sa aking sarili. Kung noong bago ako magbalik-loob mo sinabi kahit kalahati ng masasamang bagay na nasabi mo na ngayon, siguradong magagalit ako at sasagot pabalik. Pero kung maaalala mo, hindi ako sumagot kahit minsan mula nang ako'y magbalik-loob."

Sinabi ng kapatid, "Talagang mayroon kang bagay na wala ako." Sinabi ng nagbalik-loob na para din sa kanyang kapatid ang bagay na ito. Dinala niya ang kapatid sa mga pagtitipon, at doon ay nahanap din nito ang kapayapaan.

Tulad nina Martha at Mary, mayroon din silang isang kapatid na lalaki, ngunit kasapi siya ng Pamantasan ng Edinburgh. Maaari kaya siyang maligtas? Sumama sa mga pagtitipon? Maaaring katanggap-tanggap ang nangyari para sa mga *kababaihan*, pero hindi para sa kanya. Isang gabi, pag-uwi ng magkapatid na babae ay sinabi nila sa kapatid nilang lalaki na ang isang kaibigan nito sa pamantasan ay tumindig at ipinahayag si Cristo. Nang umupo ang kaibigan, tumayo naman ang kapatid nitong lalaki at nagpahayag din. Sa wakas, tumayo ang huling kapatid at ipinahayag din si Cristo.

Nang marinig ito ng binata, sinabi niya, "Ang ibig mo bang sabihin ay nagbalik-loob siya?"

"Oo."

"Kung ganoon," sabi niya, "mukhang mayroon talagang magandang dahilan dito."

Isinuot niya ang kanyang sombrero at diyaket, at umalis upang makita ang kanyang kaibigan na si Black. Dinala siya ni Black sa mga pagtitipon, at siya'y nagbalik-loob din.

Tumuloy kami sa Glasgow, at hindi pa nakalilipas ang anim na linggo nang dumating ang balita na nagkasakit at namatay na ang binatang iyon. Nang malapit na siyang bawian ng hininga, tinawag niya ang kanyang ama sa tabi ng kanyang hihigan at sinabi, "Hindi ba't isang mabuting bagay na dumalo sa mga pagpupulong na iyon ang mga kapatid kong babae? Magkikita pa rin ba tayo sa langit, Ama?"

"Oo, anak ko. Lubos akong nagagalak na ikaw ay isang Cristiano. Iyan ang tanging aliw ko sa pagkawala mo. Magiging Cristiano ako at magkikita tayo uli."

Ang hangarin ko ay manghikayat ng ilang kababai-han na umuwi at magdala ng mensahe ng kaligtasan. Wala sa atin ang nakasisiguro sa bukas. Maaaring kukunin na sa iyo ang iyong kapatid na lalaki sa loob ng ilang buwan. Nabubuhay tayo sa mga panahong may kabigatan. Hindi ba't napapanahon na upang maisama natin ang ating mga kaibigan sa kaharian ng Diyos? Halina, asawang babae, hindi mo ba sasabihin sa iyong asawa? Halina, kapatid na babae, hindi mo ba sasabihin sa iyong kapatid na lalaki? Hindi mo ba papasanin ang iyong krus ngayon? Ang pagpapala ng Diyos ay magbibigay ng kapahingahan sa iyong kalu-luwa kung gagawin mo ito.

Isang beses ay nasa Wales ako at ikinuwento sa akin ito ng isang babae. Ang isang kaibigan niyang Ingles, isang ina, ay mayroong anak na babae na may sakit. Noong una, akala nila'y wala namang panganib. Ngunit isang araw, dumalaw ang doktor at sinabing napakamapanganib ng mga sintomas nito. Isinama ng doktor ang ina sa labas ng silid at sinabi rito na hindi mabubuhay ang anak nito. Para itong kinidlatan. Pagkatapos umalis ng doktor, pumasok ang ina sa kuwarto kung saan nakahiga ang anak, kinausap ito at sinubukang ilayo ang isipan nito sa sakit.

"Mahal ko, alam mo ba na malapit ka nang makar-inig ng musika ng kalangitan? Makaririnig ka ng mas matatamis na awit kaysa sa anumang narinig mo sa lupa. Maririnig mo silang umawit ng awit ni Moises at ng Kordero. Mahilig ka sa musika. Hindi ba't magiging masaya iyon, mahal ko?"

Ngunit ang maliit at pagod na maysakit na bata ay nag-iwas ng tingin at nagsabi, "O Nanay, pagod na pagod na ako at hirap na hirap sa sakit, na sa tingin ko ay lalong sasama ang pakiramdam ko kapag narinig ang lahat ng musikang iyon."

"Bueno," sabi ng ina, "malapit mo na ring makita si Jesus. Makikita mo ang mga serapin at kerubin at ang mga lansangan na puno ng ginto." Patuloy niyang inilarawan ang langit tulad ng nakasaad sa Pahayag.

Ngunit nag-iwas uli ng tingin ang maliit na bata at nagsabi, "O Nanay, pagod na pagod na ako na sa tingin ko, lalong sasama ang aking pakiramdam kapag nakita ang lahat ng magagandang bagay na iyon."

Sa wakas, binuhat ng ina ang bata at inilapit sa kanyang puso. Bumulong ang maliit na bata, "O Nanay, iyan ang gusto ko. Sana'y yakapin man lang ako ni Jesus at hayaan akong magpahinga."

Hindi ka ba napapagod at nagsasawa na sa kasalanan? Hindi ka ba napapagod sa kaguluhan ng buhay? Makahahanap ka ng kapahingahan sa mga bisig ng Anak ng Diyos.

BAHAGI VII

Gagawin Ko

Ang Pitong *Gagawin Ko* ni Cristo

Kapag sinabi ng isang tao na "Gagawin ko," maaaring hindi ito isang malaking bagay. Madalas nating sinasabing "Gagawin ko," kahit na wala tayong balak na gawin ang sinasabi natin. Ngunit kapag sinabi ni Cristo na *Gagawin ko,* tutupad Siya sa Kanyang salita. Lahat ng Kanyang ipinangakong gawin, kaya Niya at handa Siyang isakatuparan. At gagawin Niya ang mga ito. Wala akong makitang anumang talata sa Banal na Kasulatan na nagsasabing gagawin Niya ang isang bagay ngunit iniwan Niyang hindi tapos. Palagi Niyang ginagawa ang Kanyang sinasabi.

Kaligtasan

Ang unang *Gagawin ko* na ating susuriin ay matatagpuan sa ebanghelyo ni Juan. *Ang lumalapit sa Akin sa anomang paraan ay hindi Ko itataboy* (Juan 6:37).

Nakikini-kinita kong may isang magsasabi, "Kung ako ay kung paano ako nararapat, lalapit ako sa Kanya. Ngunit kapag naiisip ko ang aking nakaraan, ito'y napakadilim. Hindi ako karapat-dapat na lumapit."

Kailangan mong isaisip na si Jesucristo ay hindi dumating upang iligtas ang matuwid at mga taong may katwiran. Siya'y dumating upang iligtas ang mga makasalanan tulad mo at tulad ko, mga nagkamali, nagkasala at nagkulang sa kaluwalhatian ng Diyos. Pakinggan ang *Gagawin ko* na ito. Tumatagos ito sa puso. *At ang lumalapit sa akin sa anomang paraan ay hindi ko itataboy.* Talaga namang malawak ito, hindi ba? Wala akong pakialam kung sinuman ang lalaki o ang babae. Wala akong pakialam kung ano ang kanilang mga pagsubok, paghihirap, kalungkutan, o kasalanan. Kung sila'y lalapit nang tuwiran sa Panginoon, hindi Niya sila itataboy. Kaya't halina, ikaw na kaawa-awang makasalanan. Halina't pumarito kung sino ka man ngayon at manalig sa Kanyang Salita.

Siya'y nagnanais na iligtas ang mga makasalanan. Tatanggapin Niya ang lahat ng lalapit sa Kanya. Tatanggapin Niya iyong mga puno ng kasalanan na hinamak na ng lahat ng nakakikilala sa kanila. Tatanggapin Niya iyong mga itinakwil ng kanilang mga magulang at inabandona ng kanilang mga asawang babae. Tatanggapin Niya iyong mga labis na nagpakababa ng pagkatao na hindi na kinaaawaan pa ng iba. Ang kanyang pangunahing tungkulin ay ang makinig at magligtas. Iyan ang dahilan kung bakit Siya lumisan sa kalangitan at nagtungo sa lupa. Nilisan niya ang luklukan ng Diyos upang iligtas ang mga makasalanan.

Sapagka't ang Anak ng tao ay naparito upang hanapin at iligtas ang nawala (Lucas 19:10). *Sapagka't hindi sinugo ng Dios ang Anak sa sanglibutan upang hatulan ang sanglibutan; kundi upang ang sanglibutan ay maligtas sa pamamagitan Niya* (Juan 3:17).

Isang kabataang lalaking waldas at naliligaw, na matagal nang papunta sa kapahamakan, ang dumalo sa isa sa aming mga pagtitipon sa Chicago. Nahaplos siya ng Espiritu ng Diyos. Habang nakikipag-usap ako sa kanya at nagtatangka na dalhin siya kay Cristo, binanggit ko ang talatang iyon sa kanya.

Itinanong ko sa kanya, "Naniniwala ka ba na sinabi iyon ni Cristo?"

"Siguro ay sinabi Niya."

"Kung halimbawang sinabi Niya! Naniniwala ka ba?"

"Sana."

"Sana nga! Naniniwala ka ba? Gawin mo ang dapat mong gawin, at gagawin naman ng Panginoon ang sa Kanya. Lumapit ka anuman ang iyong kalagayan, at ipaubaya mo ang iyong sarili sa Kanyang mga bisig. Hindi ka Niya itataboy."

Naisip ng binata na napakasimple at napakadali nito.

Sa wakas, tila nabuksan ang kanyang mga mata, at tila nakahanap siya ng kapanatagan dito. Lampas hatinggabi na nang lumuhod siya. Nagbalik-loob siya.

Sinabi ko sa kanya, "Ngayon, huwag mong iisipin na makalalabas ka sa teritoryo ng Demonyo nang walang kahirap-hirap. Darating sa iyo ang Demonyo bukas ng umaga at sasabihin sa iyo na lahat ng ito ay emosyon lamang, at iniisip mo lamang na tinanggap ka ng Diyos. Kapag nangyari ito, huwag mo siyang labanan gamit ang sarili mong opinyon. Labanan mo siya ng Juan 6:37. *Ang lahat ng ibinibigay sa akin ng Ama ay magsisilapit sa akin; at ang lumalapit sa akin sa anomang paraan ay hindi ko itataboy.*"

Hindi ako naniniwala na mayroong taong maglalakas-loob na lumapit kay Cristo na hindi sinusubukang ipahamak ng Demonyo. At kahit matapos siyang lumapit kay Cristo, susubukan pa rin ng Demonyo na atakehin siya ng pagdududa at paniwalaing hindi talaga siya naligtas.

Ang pakikipaglaban ay dumating nang mas maaga kaysa sa inaasahan ko sa kaso ng lalaking ito. Habang pauwi siya sa kanyang bahay, inatake siya ng Demonyo. Ginamit niya ang talatang ito, ngunit ipinasok ito ng Demonyo sa isipan niya: *Paano mo malalaman kung si Cristo talaga ang nagsabi niyan? Baka nagkamali lamang ang mga tagasalin.*

Bumalik uli siya sa kadiliman. Nabagabag siya hanggang mga alas-dos ng madaling araw. Sa wakas, nakarating siya sa konklusyon na ito. Sinabi niya, "Maniniwala pa rin ako. At kapag nakarating ako sa langit at hindi pala iyon totoo, sasabihin ko na lang sa Panginoon na hindi *ako* ang nagkamali—ang mga tagasalin ang nagkamali."

Kapag nag-aanyaya ang mga hari at prinsipe ng mundong ito, inaanyayahan nila ang mayayaman, makakapangyarihan, maiimpluwensiya, may mga karangalan, at marurunong. Ngunit ang Panginoon, noong Siya ay naririto sa lupa, ay tinawag sa kanyang tabi ang pinakamasasamang tao. Ito ang pangunahing kasiraan na nakita ng mga tao sa kanya. Hindi nais ng mga mapagmatuwid na Pariseo na makisalamuha sa mga patutot at mga maniningil ng buwis. Ang pangunahing paratang laban sa Kanya ay *tinatanggap ng taong ito ang mga makasalanan, at sumasalo sa kanila* (Lucas 15:2). Si John Bunyan ay hindi kanaisnais sa lipunan sa kanyang panahon. Siya, isang latero sa Bedford, ay hindi makapapasok sa loob ng mga kastilyo ng mga prinsipe. Labis akong namangha nang ako ay nasa ibang bansa. Nagtayo sila ng monumento para kay John Bunyan, at ito ay pinasinayaan ng mga panginoon, duke, at iba pang dakilang tao. Noong siya ay naririto sa mundo, hindi siya pinahihintulutan sa loob ng mga kastilyo nila. Ngunit isa siya sa ginawang pinakamalakas na kasangkapan sa pagpapalaganap ng ebanghelyo. Walang aklat na naisulat ang mailalapit sa Bibliya maliban sa *Pilgrim's Progress* ni John Bunyan. At siya'y isang mahirap na latero sa Bedford. Ito ang kaparaanan ng Diyos. Pumipili Siya ng isang dukha at itinakwil ng lipunan at ginagawang kasangkapan para makapagbalik-loob ang daan-daan at libo-libong tao kay Cristo.

Si George Whitefield, na nakatayo sa kanyang tabernakulo sa London sa gitna ng mga taong nagtitipon, ay sumigaw, "Ang Panginoong Jesus ay magliligtas sa mga itinakwil ng Demonyo!"

Dalawang dukha't inabandonang babae sa lansangan ang nakarinig sa kanya habang ang kanyang boses ay umaalingawngaw. Nang magkatinginan sila, sinabi nila, "Siguro ay tayo iyon." Sila'y nagsimulang manangis at magalak. Lumapit sila sa gusali at sumilip sa loob. Ang masigasig na mensahero ay may luha sa kanyang mga mata habang pinakikiusapan ang mga tao na ialay ang kanilang puso sa Diyos. Isa sa dalawang babae ang sumulat nang maiksi at ipinadala ito sa kanya.

Kinahapunan, habang siya ay nakaupo sa mesa ni Lady Huntingdon, na isa niyang espesyal na kaibigan, mayroong nagsabi, "Ginoong Whitefield, hindi ba't lumabis ka naman nang sinabi mong ililigtas ng Panginoon ang mga itinakwil ng Demonyo?"

Kinuha niya ang maiksing sulat mula sa kanyang bulsa at ibinigay ito sa babae. Sinabi niya, "Maaari mo bang basahin nang malakas ang sulat na iyan?"

Binasa ng babae, "Ginoong Whitefield, dalawang babaeng naghihirap at naliligaw ang nakatayo sa labas ng iyong tabernakulo ngayong araw. Narinig namin ang iyong sinabi na ililigtas ng Panginoon ang mga itinakwil ng Demonyo at pinanghawakan namin iyon bilang aming huling pag-asa. Isinusulat namin ito sa iyo upang sabihin na nagagalak kami ngayon sa pagsampalataya sa Kanya. Mula sa mabuting oras na ito'y sisikapin namin na paglingkuran Siya na gumawa ng napakarami para sa amin."

Pagkalinis

Ang susunod na *Gagawin ko* ay matatagpuan sa Lucas. Nakasaad dito ang kuwento ng isang ketongin na lumapit kay Cristo. *At nangyari, samantalang siya'y nasa isa sa mga bayan, narito, may isang lalake na lipos ng ketong: at nang makita niya si Jesus, ay nagpatirapa siya, at namanhik sa kaniya, na sinasabi, Panginoon, kung ibig Mo, ay maaaring linisin Mo ko. At iniunat*

Niya ang kaniyang kamay at siya'y hinipo, na sinasabi, Ibig ko; luminis ka. At pagdaka'y nilisan siya ng ketong (Lucas 5:12-13). Sinumang lalaki o babae na puspos ng ketong ng kasalanan ang nagbabasa nito, lumapit sa Panginoon at isalaysay ang buo mong kalagayan sa Kanya. Magpapahayag Siya sa iyo tulad ng ginawa Niya sa abang ketongin at sasabihin, *Ibig ko; luminis ka.* Ang ketong ng iyong mga kasalanan ay lilisan sa iyo. Ang Panginoon, at tanging ang Panginoon lamang, ang makapagpapatawad ng mga kasalanan. Kung sasabihin mo sa Kanya, "Panginoon, puspos ako ng kasalanan. *Hindi mo ako malilinis.* Panginoon, wala akong pagtitimpi. *Hindi mo ako malilinis.* Panginoon, ang aking puso'y mapanlinlang. Linisin mo ako, O Panginoon. Pagkalooban mo ako ng bagong puso. Bigyan mo ako ng kapangyarihan na mapaglabanan ang laman at ang mga silo ng Demonyo. Panginoon, puspos ako ng maruruming gawi."

Kung lalapit ka sa Kanya na may tapat na diwa, maririnig mo ang Kanyang tinig: *Ibig ko; luminis ka.* Magaganap ito. Naniniwala ka ba na kung ang Diyos na lumikha ng daigdig mula sa wala ay nagsabi, "Ikaw ay malilinis," hindi ka magiging malinis?

Maaari kang magsagawa ng isang kahanga-hangang pagpapalit ngayon. Maaari kang magkaroon ng kalusugan kapalit ng karamdaman at maaari mong alisin ang lahat ng masama at kapoot-poot sa paningin ng Diyos. Ang Anak ng Diyos ay bumababa at sinasabi, "Aalisin Ko ang iyong ketong at sa halip ay bibigyan ka ng kalusugan. Aalisin Ko ang kakila-kilabot na karamdamang sumisira sa iyong katawan at kaluluwa, at sa halip ay ipagkakaloob sa iyo ang Aking pagiging matuwid. Bibihisan kita ng kasuotan ng kaligtasan."

Hindi ba't kahanga-hanga ito? Iyan ang ibig Niyang sabihin nang winika Niya, *Gagawin ko.* O, panghawakan mong mabuti ang Kanyang *Gagawin ko* na ito.

Pagpapahayag

Kaya't ang bawa't kumikilala sa Akin sa harap ng mga tao, ay kikilalanin ko naman siya sa harap ng Aking Ama na nasa langit (Mateo 10:32). Nariyan ang *Gagawin ko* sa pagpapahayag.

Ito ang susunod na magaganap matapos na maligtas ang isang tao. Kapag tayo'y nilinis na sa dugo ng Kordero, ang kasunod ay ang pagbubukas sa ating bibig. Kailangan nating ipahayag si Cristo dito sa madilim na sanglibutan, at ibahagi sa iba ang Kanyang pag-ibig. Hindi natin dapat ikahiya ang Anak ng Diyos.

Isang malaking karangalan para sa isang tao kapag ang kanyang pangalan ay nababanggit sa Parlyamento ng Ingles, o sa harapan ng Reyna at kanyang korte. Tayo'y nasasabik noong panahon ng digmaan kapag may isang heneral na nagtamo ng pambihirang tagumpay, na naging dahilan upang siya'y parangalan sa Kongreso. Sa Tsina, ang pinakamataas na mithiin ng isang matagumpay na kawal ay maisulat ang kanyang pangalan sa palasyo o templo ni Konfusyo. Isipin mo lang na ang pangalan mo'y mababanggit sa kaharian ng langit ng Prinsipe ng Kaluwalhatian, ng Anak ng Diyos, dahil sa iyong pagpapahayag sa Kanya dito sa lupa. Kung ipahahayag mo Siya rito, ipahahayag din Niya tayo sa harap ng Ama.

Kung nais mong magtagumpay sa tunay na liwanag ng kalayaan, dapat kang tumayo sa panig ni Cristo. Marami akong nakilalang Cristiano na patuloy na nangangapa sa kadiliman at hindi nakararating sa tunay na liwanag ng kaharian dahil sila ay nangahihiya na ipahayag ang Anak ng Diyos. Nabubuhay tayo sa panahon kung saan ang mga tao ay naghahanap ng relihiyon na walang krus. Nais nila ang korona ngunit hindi ang krus. Ngunit kung nais nating maging alagad ni Jesucristo, kailangan nating pasanin ang ating krus, hindi lamang isang beses sa isang taon o tuwing Sabbath, kundi bawat araw. At kung papasanin natin ang ating mga krus at susundan Siya, tayo'y pagpapalain sa mismong gawaing iyon.

Naalala ko ang isang lalaki sa New York na madalas pumupunta sa akin upang manalangin. Pasan niya ang kanyang krus. Natatakot siyang ipahayag si Cristo. Itinatago niya ang kanyang Bibliya sa pinakailalim ng kanyang aparador. Nais niya itong ilabas at basahin sa kanyang kasama sa silid, ngunit nahihiya siyang gawin ito. Ito ang pasan niyang krus sa loob ng isang linggo. Pagkatapos pasanin iyon nang gayon katagal at pagkatapos ng isang matinding pakikipaglaban, siya'y nakapagpasya. *Ilalabas ko ang aking Bibliya mamayang gabi at babasahin ito.* Inilabas niya ito. Hindi nagtagal ay narinig niya ang papaakyat na mga yabag ng kanyang kasama sa silid.

Ang una niyang naisip ay itago ang Bibliya, ngunit nagpasya siyang huwag gawin ito. Haharapin niya ang kanyang kasamahan na tangan ito. Pumasok ang kanyang kaibigan, nakita ang tangan niyang Bibliya, at sinabi, "Juan, interesado ka ba sa mga bagay na ito?"

"Oo," sagot niya.

"Gaano katagal na?" tanong ng kanyang kaibigan.

"Eksaktong isang linggo na," sagot niya. "Isang buong linggo ko nang sinusubukang ilabas ang aking Bibliya para basahan ka, ngunit ngayon ko lamang ito nagawa."

"Bueno," sabi ng kanyang kaibigan, "kakatwa ito. Nagbalik-loob din ako sa parehong gabi, at ako rin ay nahihiyang ilabas ang aking Bibliya."

Nahihiya ka na ilabas ang iyong Bibliya at sabihing, "Nabuhay ako nang walang Diyos sa maraming taon, ngunit mula ngayon ay mamumuhay ako ng isang buhay ng pagiging matuwid." Nahihiya ka na buksan ang iyong Bibliya at basahin ang mapalad na awit: *Ang Panginoon ay aking pastor; hindi ako mangangailangan* (Mga Awit 23:1). Nahihiya ka na makitang nakaluhod. Walang taong maaaring maging alagad ni Jesucristo nang hindi nagpapasan ng kanyang krus. Maraming tao ang nais malaman kung bakit nabibilang ang mga alagad ni Jesucristo, samantalang si Muhammad ay mayroong hindi mabilang na mga alagad. Ang dahilan ay walang krus na kailangang pasanin kay Muhammad. Kakaunti ang mga Cristiano na nagpapahayag at nagtataguyod sa kanilang paninindigan.

Tumatak sa akin ang isang katunayan noong panahon ng digmaan sa Amerika na napakaraming lalaki ang kayang humarap sa putok ng kanyon nang hindi nanginginig, ngunit walang lakas ng loob na ilabas ang kanilang Bibliya para basahin ito sa gabi. Nahihiya sila sa ebanghelyo ni Jesucristo, na siyang kapangyarihan ng Diyos para sa kaligtasan. *Kaya't ang bawa't kumikilala sa Akin sa harap ng mga tao, ay kikilalanin ko naman siya sa harap ng aking Ama na nasa langit. Datapuwa't sinomang sa aki'y magkaila sa harap ng mga tao, ay ikakaila ko naman siya sa harap ng aking Ama na nasa langit* (Mateo 10:32-33).

Paglilingkod

Ang susunod na *Gagawin ko* ay patungkol sa paglilingkod.

Maraming Cristiano ang nasasabik at napupursigeng sabihin, "Nais kong maglingkod para kay Cristo."

Kung ganoon, sinabi ni Cristo, *Magsisunod kayo sa hulihan ko, at gagawin ko kayong mga mamamalakaya ng mga tao* (Mateo 4:19).

Lahat ng mga Cristiano'y maaaring makatulong upang umakay ng isang tao patungo sa Tagapagligtas. Sinasabi ni Cristo, *At ako, kung ako'y mataas na mula sa lupa, ang lahat ng mga tao ay palalapitin ko sa akin din* (Juan 12:32). Ang tungkulin natin ay dakilain si Cristo.

Sinabi ng ating Panginoon, *Magsisunod kayo sa hulihan ko, at gagawin ko kayong mga mamamalakaya ng mga tao.* Basta silang tumalima sa Kanya. Sa araw ng Pentekostes, nakita natin ang bunga nito. Maganda ang huli ni Pedro sa araw na iyon. Sa tingin ko ay mas marami ang taong nakuha ni Pedro nang araw na iyon kaysa sa pinakamalaking huli niya ng isda sa loob ng isang araw. Siguro'y masisira lahat ng kanilang mga lambat kung kailangan nilang hilahin paitaas ang tatlong libong isda.

Noong nakaraan, may nabasa ako tungkol sa isang lalaking sumakay sa isang karwahe. Mayroong una, ikalawa, at ikatlong klase ng mga pasahero. Ngunit nang tingnan niya ang loob ng karwahe, nakita niya na lahat ng pasahero ay nakaupo nang magkakasama. Hindi niya ito naiintindihan hanggang sa dumating sila sa isang burol.

Tumigil ang karwahe, at nagsabi ang kutsero, "Ang mga pasahero sa unang klase ay manatili sa kanilang kinauu-puan. Ang mga pasahero sa ikalawang klase, lumabas kayo at maglakad. Ang mga pasahero sa ikatlong klase, magtungo kayo sa likuran ng karwahe at magtulak."

Sa iglesia, walang lugar para sa mga pasahero sa unang klase na nag-aakalang ang kaligtasan ay nangan-gahulugan ng isang madali at maginhawang paglalakbay patungo sa kalangitan. Wala tayong lugar para sa mga pasahero sa ikalawang klase na nakasakay nang maha-bang oras, at kapag kailangan na nilang gumawa para sa sarili nilang kaligtasan, sumasabay sila sa paglalakad at hindi man lang naiisip na tulungan ang kanilang kapwa. Lahat ng kasapi ng simbahan ay nararapat na maging mga pasahero sa ikatlong klase. Dapat lahat tayo'y handang bumaba at itulak ang karwahe nang magkakasama, at itulak ito nang buo ang ating mga kalooban. Ito ang pagpapakahulugan ni John Wesley sa isang iglesia, "Lahat para dito, at palaging para dito."

Ang bawat Cristiano'y dapat maging mga mang-gagawa. Hindi siya kailangang maging isang mangan-garal o ebanghelista upang maging kasangkapan ng Diyos. Maaari siyang maging kapaki-pakinabang sa negosyo. Maaaring kasangkapanin ng Diyos ang isang taga-empleo habang nagtatrabaho kasama ang kanyang mga empleyado at sa kanyang mundo ng pakikipag-ugnayan pagdating sa paggawa. Madalas, mas marami pa ang maitutulong ng isang tao sa mundo ng paggawa kaysa sa ibang larangan.

Mayroong isang malaking dahilan kung bakit hindi nakakamit ng karamihan ang tagumpay. Tinanong na ako ng napakaraming mabubuting tao, "Bakit wala kaming nakakamit na bunga? Pinagbubuti namin ang aming gawa, nananalangin at nangangaral nang mabuti. Ngunit hindi pa rin sumasapit ang tagumpay." Sasabihin ko sa inyo ang kadahilanan. Ito'y dahil sa ginugugol nila ang lahat ng kanilang oras sa pag-aayos ng kanilang mga lambat. Hindi kataka-taka na hindi sila nakahuhuli ng kahit na ano.

Importanteng magdaos ng mga pagpupulong ng pagtatanong (inquiry meetings) at hilahin ang lambat upang makita kung may nahuli na. Kung lagi mong inaayos at inilalatag ang lambat, hindi ka makahuhuli ng maraming isda. Sino ang nakarinig sa isang taong pumunta sa dagat upang mangisda, naglatag ng lambat, at hindi man lang ito hinila? Lahat ng tao'y pagtatawanan ang kahangalan ng taong iyon.

Isang ministro sa Inglatera ang lumapit sa akin isang araw at sinabi, "Gusto kong malaman kung bakit kaming mga ministro ay hindi nakakamit ang tagumpay sa aming mga gawain."

Ipinaliwanag ko sa kanya ang ideya ng paghila ng lambat at sinabing, "Dapat mong hilahin ang iyong mga lambat. Napakaraming ministro sa Manchester na mas mahusay mangaral kaysa sa akin, ngunit ako'y humahatak ng aking lambat."

Maraming tao ang may mga pagtutol sa mga pagpupulong ng pagtatanong, ngunit ipinunto ko sa kanila ang kahalagahan nito. Sinabi ng ministro, "Hindi pa ako nakapaghila ng lambat, pero susubukan ko ito sa susunod na Linggo."

Ginawa niya ito, at walong tao, mga sabik na naghahanap ng kasagutan tungkol sa kaligtasan ang dumalo sa kanyang silid-tanggapan. Nang sumunod na Linggo, dinalaw niya ako at sinabi na hindi pa siya nakararanas ng ganoong kagandang araw ng Linggo sa kanyang buhay. Nakaharap niya ang isang kamangha-manghang pagpapala. Sa kanyang sumunod na paghila ng lambat, apatnapu ang nagtanong tungkol sa ebanghelyo. Nang makausap ko siya kinalaunan, sinabi niya sa akin, "Moody, mayroon akong walong daang taong napagbalik-loob nitong nakaraang taon! Malaking pagkakamali na hindi ako agad nag-umpisa sa paghila ng lambat."

Kung nais mong mamalakaya ng mga tao, hilahin lamang ang lambat. Kahit isa lang ang mahuli mo, malaking bagay na ito. Maaaring siya'y isang maliit na bata, subalit may kilala akong isang batang nagawang mapagbalik-loob ang isang buong mag-anak. Hindi mo alam kung ano ang nasa loob ng batang lalaki na iyon sa silid ng mga nagtatanong. Maaaring siya'y panibagong Martin Luther, isang repormista na yayanig sa mundo. Hindi natin masasabi. Kinakasangkapan ng Diyos ang mga mahihina sa mundong ito upang lituhin ang mga makapangyarihan. Ang pangako ng Diyos ay katulad sa garantiya ng papel de bangko. At ito ang isa sa mga pangako ni Cristo: *Magsisunod kayo sa hulihan ko, at gagawin ko kayong mga mamamalakaya ng mga tao.*

Panghahawakan mo ba ang pangako, magtitiwala, at susunod sa Kanya ngayon?

Kung ang isang tao'y ipinangangaral ang ebanghelyo at nangangaral nang may katapatan, dapat niyang asahan ang bunga noon din. Naniniwala ako na pribilehiyo ng mga anak ng Diyos ang mag-ani ng bunga ng kanilang pagisikap 365 araw sa isang taon.

May mga nagsasabi, "Hindi ba may panahon para sa pagtatanim at pati na rin sa pag-aani?"

Oo, totoo, at mayroon. Ngunit maaari naman tayong magtanim gamit ang isang kamay at mag-ani sa kabila. Ano'ng masasabi mo sa magsasaka na buong taon nagtatanim pero hindi kailanman nag-iisip na mag-ani? Muli, nais nating magtanim gamit ang isang kamay at mag-ani gamit ang isa pa. Kung titingnan natin ang bunga ng ating pagpapagal, makikita natin ito. *At Ako, kung ako'y mataas na mula sa lupa, ang lahat ng mga tao ay palalapitin ko sa Akin din*. Kailangan nating dakilain si Cristo, hanapin ang mga tao, at dalhin sila sa Kanya.

Kailangan mong gumamit ng tamang uri ng pain. Marami ang hindi gumagawa nito at nagtataka sa kawalan nila ng tagumpay. Makikita mo silang nagtatangka ng iba't ibang uri ng libangan upang subukang akayin ang mga tao patungo kay Cristo. Ito'y isang hakbang patungo sa maling direksyon. Ang naglalahong sanglibutang ito ay nais makilala si Cristo, at Siya'y mapako sa krus. Mayroong isang kahungkagan sa bawat tao na nagnanais na mapunan. Kung lalapitan natin sila gamit ang tamang uri ng pain, maaakay natin sila patungo kay Cristo. Nangangailangan ng Tagapagligtas ang naghihingalong sanglibutan. Kung nais nating maging matagumpay sa pamamalakaya ng tao, kailangan nating ipangaral si Cristong napako sa krus. Hindi lamang natin dapat ipangaral ang kanyang buhay kundi pati na rin ang kanyang kamatayan. Kung tayo'y tapat sa paggawa nito, magtatagumpay tayo. At bakit? Dahil sa kanyang pangako. *Magsisunod kayo sa hulihan ko, at gagawin ko kayong mga mamamalakaya ng mga tao.* Ang pangakong iyon ay para sa atin tulad ng ito'y ipinangako sa Kanyang mga alagad. Ito'y totoo ngayon katulad ng sa panahon nila.

Isipin mo si Pablo sa itaas. Ang mga tao'y umuuwi sa kanilang tahanan upang makasama ang Panginoon sa bawat araw at oras, mga lalaki at babae sila na dinala kay Cristo sa pamamagitan ng kanyang mga kasulatan. Nagsimula siya ng mga daloy na nagpapatuloy nang higit sa isanlibong taon.

Nakikini-kinita ko na may mga tao na nagtutungo roon at nagsasabi, "Pablo, salamat sa iyong sulat para sa mga taga-Efeso. Nakilala ko si Cristo dahil doon."

"Pablo, nagpapasalamat ako sa sulat mo sa mga taga-Corinto."

"Pablo, nakilala ko si Cristo dahil sa sulat mo sa mga taga-Filipos."

"Nagpapasalamat ako sa sulat mo sa mga taga-Galacia, Pablo. Nakilala ko si Cristo dahil doon."

Marahil ay lagi silang nagpupunta kay Pablo at nagpapasalamat sa kanyang nagawa. Nang si Pablo ay nabilanggo, hindi siya naupo lang at naghintay sa kawalang-katiyakan. Hindi, siya'y sumulat. At ang kanyang mga sulat ay nanatili sa mga panahon. Nagdala ang mga ito ng daan-daang libong tao sa kaalaman tungkol sa ipinakong Cristo. Oo, sinabi ni Cristo kay Pablo, "Gagawin kitang mamamalakaya ng mga tao kung susunod ka sa Akin." At siya'y naging mamamalakaya na ng kaluluwa mula noon. Inakala ng Demonyo na nakagawa siya ng katusuhan nang maitulak niya sa bilangguan si Pablo. Subalit lubos siyang nagkamali. Nagpakalabis siya sa pagkakataong ito. Wala akong alinlangang nagpapasa-alamat si Pablo sa Diyos mula noon dahil sa kanyang karanasan sa kulungan ng mga taga-Filipos, sa mga latay na kanyang tinamo at sa pagkakapiit niya roon. Sa kalangitan na lang natin mababatid kung gaano kalaki ang naiambag ni Pablo sa sanglibutan.

Kaaliwan

Ang susunod na *Gagawin ko* ay matatagpuan sa ebang-helyo ni Juan. *Hindi ko kayo iiwang magisa: ako'y paririto sa inyo* (Juan 14:18).

Sa akin, isang nakatutuwang pagninilay na hindi tayo iniwan ni Cristo sa madilim na ilang dito sa lupa. Bagaman umakyat Siya sa langit at naluklok sa kanan ng Diyos, hindi Niya tayo iniwan. Hindi Niya iniwan si Jose nang itapon ito sa bilangguan. Kasama niya ang Diyos. Nang itapon si Daniel sa yungib ng mga leon, kasama rin niya ang Makapangyarihan. Lubos silang napag-isa at hindi mapaghihiwalay. Kaya't ang Diyos ay bumaba sa yungib ng mga leon kasama si Daniel.

Kaya kung kasama natin si Cristo, magagawa natin ang lahat ng bagay. Huwag tayong tumuon sa ating kahi-naan. Itaas natin ang ating mga mata sa Kanya at isipin natin Siya bilang ating Nakakatandang Kapatid na Lalaki na binigyan ng lahat ng kapangyarihan sa langit at sa lupa. Sinabi niya, *At narito, ako'y sumasa inyong palagi, hanggang sa katapusan ng sanglibutan* (Mateo 28:20). Ang ilan sa ating mga anak at kaibigan ay iniwan tayo, at ito ay napakalungkot na sandali. Ngunit, salamat sa Diyos, ang mananampalataya at si Cristo ay hinding-hindi mapaghihiwalay. Siya ay kasama natin dito, at makakasama natin Siya sa kawalang-hanggan. Hindi lamang natin Siya kasama, kundi ipinadala rin Niya sa atin ng Espiritu Santo. Ipagdiwang natin ang Espiritu Santo sa pamamagitan ng pagkilala na Siya'y naririto kasama natin. May kapangyarihan Siya na magbigay ng paningin sa mga bulag, magbigay ng kalayaan sa mga bihag, at magbukas ng tainga ng mga bingi upang marinig nila ang maluluwalhating salita ng ebanghelyo.

Pagkabuhay na Mag-uli

Pagkatapos ay may isa pang *Gagawin ko* sa ika-anim na kabanata ng Juan. Mababasa ito nang apat na beses sa kabanatang iyon lamang. *Akin siyang ibabangon sa huling araw* (Juan 6:40).

Nalulugod ako na mayroon akong Tagapagligtas na may kapangyarihan sa kamatayan. Ang aking pinagpala na Panginoon ay may hawak ng mga susi ng hades at ng kamatayan. Nakatanggap ako ng higit na kaaliwan sa pangakong iyon kaysa sa ibang bagay sa Bibliya. Ito'y nagdulot sa akin ng kagalakan at nagbigay ng ilaw sa aking landas.

Ilang panahon na ang nakalilipas, namatay ang isang pinakamamahal na kapatid na lalaki. At nang pumasok ako sa silid at minasdan ang magandang mukha ng kapatid na iyon, ang talatang ito ay sumasaakin. Mabubuhay na mag-uli ang aking kapatid. Sinabi ko, "Salamat sa Diyos para sa pangako na iyon." Ito'y nagkakahalaga ng higit pa sa sanglibutan para sa akin.

Nang inilibing namin siya, tila naririnig ko ang tinig ni Jesucristo na nagsasabi, "Mabubuhay na mag-uli ang iyong kapatid." Ang mapalad na pangako ng pagkabuhay na mag-uli.

Kaluwalhatian

Ama, yaong mga ibinigay mo sa akin ay
ibig ko kung saan ako naroroon, sila naman
ay dumoong kasama ko, (Juan 17:24)

Ito ay sa konteksto ng Kanyang huling panalangin sa silid ng mga panauhin, sa huling gabi bago Siya ipako sa krus at mamatay sa kakila-kilabot na kamatayan sa Kalbaryo. Maraming mananampalataya ang nagagalak sa pag-iisip na makikita nila ang Hari sa Kanyang kaluwalhatian sa kalangitan. May isang dakilang araw na naghihintay sa atin sa hinaharap. May ilan na nagaakala na sa unang araw ng ating pagbabalik-loob ay nakamit na natin ang lahat. Tunay, makakamtan natin ang kaligtasan para sa nakaraan at kapayapaan para sa kasalukuyan. Ngunit mayroon pa ring kaluwalhatiang naghihintay sa hinaharap. Ito ang nagpapatuloy sa kagalakan ni Pablo. Ipinakita niya na ang kanyang mga paghihirap, mga latay, at mga pagkapukol ay walang halaga kumpara sa kaluwalhatiang darating. Itinuring niyang walang anuman ang mga bagay na iyon upang makasama si Cristo. Kaya kapag mayroong mga pagsubok sa buhay natin, lakasan natin ang ating loob. Alalahanin na ang gabi'y mabilis na lilipas, at sasapit ang bukang-liwayway sa atin. Ang kamatayan ay hindi kailanman nanaig doon. Ito'y itinaboy sa kalangitan. Ang karamdaman, kirot, at kalungkutan ay hindi makapapasok upang sirain ang maringal at maluwalhating tahanan kung saan tayo mabubuhay magpakailanman kasama ang Panginoon. Lahat ng pamilya ng Diyos ay magkakasama roon. Ito'y isang maluwalhating kinabukasan, mga kaibigan! At maaaring mas malapit na ito kaysa sa inaakala natin. Sa kakaunting araw na ito na mayroon tayo rito sa lupa, manatili tayong matatag at malakas. Sa kabilang buhay, tayo'y mananahan sa daigdig ng liwanag, at ang Hari'y maghahari sa gitna natin.

Dwight L. Moody – Isang Maikling Talambuhay

Ipinanganak si Dwight Lyman Moody noong Pebrero 5, 1837, sa Northfield, Massachusetts. Namayapa ang kanyang ama nang si Dwight ay apat na taong gulang pa lamang, na nag-iwan sa kanyang ina ng siyam na anak na kailangang alagaan. Nang si Dwight ay labimpitong taong gulang pa lamang, umalis siya patungo sa Boston upang magtrabaho bilang isang sales-man. Pagkaraan ng isang taon, siya'y dinala ni Edward

Kimball kay Jesucristo, ang Sunday school teacher ni Moody. Hindi nagtagal ay umalis si Moody patungo sa Chicago at nagsimulang magturo ng kanyang sariling Sunday school class. Sa edad na dalawampu't tatlo, siya ay naging matagumpay na salesman ng sapatos, kumita ng $5,000 sa loob lamang ng walong buwan, na malaking halaga ng salapi noong kalagitnaan ng ika-19 na siglo. Sa kanyang pagpapasya na sumunod kay Jesus, iniwan niya ang kanyang propesyon upang makibahagi sa gawaing Cristiano sa halagang $300 lamang kada taon.

Si D.L. Moody ay hindi isang inordenahang ministro, ngunit siya'y isang mabisang ebanghelista. Isang beses sinabi sa kanya ni Henry Varley, isang ebanghelista ng Britanya, "Moody, ang sanglibutan ay hindi pa nakakita kung ano ang gagawin ng Diyos sa isang taong ganap na nakatalaga sa Kanya."

Sinabi ni Moody nang maglaon, "Sa tulong ng Diyos, hangad ko na ako ay maging taong iyon."

Tinataya na sa panahon ng kanyang buhay, nang walang tulong ng telebisyon o radyo, naglakbay si Moody ng higit sa isang milyong milya, nangaral sa higit sa isang milyong tao, at personal na nakipag-ugnayan sa mahigit na pitong daan at limampung libong indibidwal.

Namayapa si D. L. Moody noong Disyembre 22, 1899.

Sinabi noon ni Moody, "Isang araw ay mababasa ninyo sa mga pahayagan na si D. L. Moody, ng East Northfield ay namayapa na. Huwag kang maniwala sa anumang sinasabi nila! Sa sandaling iyon, ako ay mas buhay pa kaysa sa ngayon. Ako ay lalakbay na sa mas mataas, iyon lamang—mula sa lumang tahanan ng mga luwad patungo sa isang tahanan na hindi mamamatay; isang katawan na hindi kayang abutin ng kamatayan, hindi madudungisan ng kasalanan, isang katawan na ginawa sa katulad ng Kanyang kaluwalhatian. Ako'y ipinanganak mula sa laman noong 1837. Ako'y ipinanganak mula sa Espiritu noong 1856. Ang siyang ipinanganak mula sa laman ay maaaring mamatay. Ang siyang ipinanganak mula sa Espiritu ay mabubuhay magpakailanman."

www.ingramcontent.com/pod-product-compliance
Lightning Source LLC
Chambersburg PA
CBHW070710130626
46553CB00005B/1924

* 9 7 9 8 8 8 9 3 6 2 2 4 1 *